MASOMO

JUU YA

USAWA WA

KIBIBLIA

MASOMO KUMI NA MAWILI KWA UFUPI YA KUJIFUNZA BINAFSI AU KIKUNDI

KIMEANDIKWA NA BERKELEY NA ALVERA MICKELSEN

KIMETAFSIRIWA NA REV. PHILIP AMUKOA OWASI

Christians for Biblical Equality
cbeinternational.org

*MASOMO JUU YA USAWA WA KIBIBLIA: MASOMO
KUMI NA MIWILI KWA UFUPI YA KUJIFUNZA
BINAFSI AU KIKUNDI*
Copyright Janet George © 2012
Kimetafsiriwa na Rev. Philip Amukoa Owasi
PUBLISHED BY CHRISTIANS FOR BIBLICAL EQUALITY
122 W Franklin Ave, Suite 218
Minneapolis, MN 55404-2451
www.cbeinternational.org

*STUDIES ON BIBLICAL EQUALITY: 12 LESSONS FOR
PERSONAL OR GROUP STUDY*
Copyright Janet George © 2009
PUBLISHED BY CHRISTIANS FOR BIBLICAL EQUALITY
122 W Franklin Ave, Suite 218
Minneapolis, MN 55404-2451
www.cbeinternational.org

ISBN-13: 978-0-9778909-7-2

Printed in the United States of America

Yaliyomo

Dibaji

Masomo haya mafupi yanaonyesha utafiti wa miaka mingi tuliopanga Mimi na Mume wangu Berkeley Mickelsen kama timu tukifundisha semina kwa somo la uhusiano wa Wanaume/Wanawake katika Makanisa mengi na kongamano. Hata kabla ya kifo chake cha ghafla Mei 3, Mwaka wa 1990 tulikuwa tumepanga masomo haya mafupi kwa ajili ya watu wengine kujifunza na kufundisha. Tulikuwa tumejifunza kwa muda mrefu, Masomo ya Biblia huleta thibitisho la hatia ya kosa, kutia moyo kutolewa kutoka kwa tamaduni zinazoharibu.

Tamaduni kama hizo mara nyingi zimezuia uhuru katika Kristo ambapo kifo chake na ufufuo wake ulimaanisha kujitoa kwa waumini wote bila kujali jinsia, tabaka au Taifa. Isipokuwa kwa somo la kwanza (Msingi kwa ajili ya Ubagusi wa kijinsia) masomo yote kimsingi ni masomo ya Biblia yenyewe na ni muhimu kwamba washiriki wote kuleta Biblia. Somo la nane juu ya "maana ya kichwa katika Agano Jipya" nikutokana na utafiti mkubwa wa Mume wangu amefanya katika maandiko ya kiyunani na kihebrania ambapo alikuwa na ujuzi wa hali ya juu. Kiongozi anaweza kutumia masomo haya mafupi kwa kufundisha. Sehemu muhimu zaidi ile ambayo watu wote wanapaswa kuangalia maandiko. Kuyasoma katika mazingira, na kujadili kwa pamoja matokeo yake. Ni katika maeneo machache ambapo sisi tomedokeza "maswali ya majadiliano." Majadilano yatatoka moja kwa moja katika mafunzo.

Mapendekezo Machache:

1. Kukatisha Moyo; "Lakini nilikuzwa kuamini ya kwamba…" Mila ni imara kwa ajili yetu szote? Lakini siyo haki, hebu maandiko yape changamoto mila zetu."

2. Kuhimiza; "Nitofauti gani hii iitafanywa katika nyumba zetu na makanisa."

Wacheni Mungu awatajirishe Mnapojifunza neno lake juu ya hili muhimu.

- Alvera Mickelsen

- 1 -

Misingi ya Ubaguzi Kwa Ajili ya kininsia

I. **Agano la Kale liliandikwa kutoka kwa mtazamo wa utamaduni wa mfumo wa Kiume.**

A. Wanaume walikuwa wakidhaminiwa zaidi kuliko Wanawake, Watoto wavulana walikuwa zaidi kuliko binti . Wake na binti hawakuwa waridhi kutoka kwa waume au baba. Ukuhani mara chache kwa watu wa kabila la Lawi.

B. Licha ya hii, baadhi ya wanawake waliitwa na Mungu kuwa Viongozi. Mifano:

Deborah hakimu aliyefaulu sana na kiongozi wa kijeshi (Waamuzi 4,5).

Hulda alikuwa nabii ambaye aliwashauri kimungu mfalme Yosia na kuhani mkuu katika ufufuo na ubora wa kiroho (2Fal 22: 1-23; 25, 2 Mambo ya Nyakati 34:1-35:19).

C. Agano la kale kamwe halisemi kuwa wanawake lazima watiifu kwa wanaume au waume zao, au kwamba hawapaswi kuwa viongozi au lazima kimya katika umma.

D. Mithali: 31: 10-31. inaeleza juu ya mwanamke bora ambaye anasifiwa na mume wake na watoto. Yeye anaendesha biashara, na kuuza ardhi, kusaidia maskini, na kuwafundisha watoto wake.

Hata hivyo, kwa wakati wa Kristo Wayahudi wengi wazioni walitafsiri Agano la kale kuwafanya wanawake raia wa daraja la pili na mbaya zaidi. Kwa nini? Pengine kwa sababu walikuwa kusukumwa na Kigiriki kupitia karibu nao. Warumi walishinda dunia kijeshi, Lakini Ugiriki ulishinda na kielimu na philiosophia.

II . Ujeuri wa Wayunani dhidi wanawake ulipenyeza katika Jamii ya Wayunani muda mrefu kabla ya wakati wa Kristo.

Athens, Mji maarufu wa Jimbo(500-300) uliendelea na kufundisha wazo kwamba wanawake walikuwa katika siku zote duni kuliko wanaume.

Homer (100 BC) 'kila mmoja anatoa sheria kwa watoto wake na wake zake.

Socrates (470-399 BC) "Mama ni nusu kati ya mtu na mnyama."

Plato (427-347 BC) aliandika mafundisho ya Socrates.

Aristotle (384-322 BC) alikuwa mwanafunzi wa plato na mwenye ushawishi mkubwa zaidi. "mwanamke aliye mwema zaidi ni mpumbavu akilinganishwa na mwanaume duni kuliko yeye." Aliandika mawazo yake katika hali ya utaritibu na akaidhinisha ubaguzi dhidi ya wanawake.

Zeno alikuwa mwanzilishi wa Stoicism. Alifundisha kwamba wanawake hujaribu wanaume kutoka kwa maisha matakatifu.

III. Enzi za Ukiristo

Philo mwana theologia wa Kiyahudi katika karne ya kwanza AD alijaribu kuunganisha mafundisho ya Plato na Aristotle na Agano la Kale.

Josephus alikuwa karne ya kwanza Wayahudi historia waliosoma Kigiriki Kiyahudi na maandiko. Yeye kusoma tafsiri ya Kiyunani katika Agano la Kale. Kwa mfano, alisema sheria ya Kiyahudi alitangaza wake duni kwa waume zao katika mambo yote. (Si kweli.)

Tertulian: (160-230 AD) Mhubiri maarufu na mwenye ushawishi mkubwa "wanawake ni mlango wa pepo."

Mtakatifu Augustino (400 AD) "Ndoa ni agano na mauti."'

Aquinus Thomas (1225-1274 AD) "mwanamke ni mbovu na Aliyechukiwa." Yeye alifanya zaidi ili kuwianisha fikira za Aristotle pamoja na imani ya Kikristo. Hivyo, mtazamo wa Kiyunani kwa wanawake ukawa kabisa ndani ya Theologia ya Kikristo.

IV. Wanatheologia wa Matengenezo.

Martin Luther: Wanawake na Wanaume walikuwa sawa kabla ya kuanguka, baada ya kuanguka, wanawake ni milele chini kwa sababu Hawa alifanya dhambi kwanza.

John Calvin: Wanawake walikuwa chini kutokea uumbaji. Ushahidi: Mungu aliumba Adamu kwanza.

Katoliki la Kirumi: mawazo sana ya ushawishi yalitoka kwa Augustino na Aquinus. Kwa Sasa Papa Yohane Paulo: Wanawake hawawezi kuwa makuhani kwa sababu "hawafanani kimwili" nakwa Kristo.

Kumbuka: Baadhi ya makala haya ni kutoka kitabu *gani Paulo Kweli Said Kuhusu Wanawake* na John Hekalu Bristow. Harper na Row, 10 E 53 St, New York 10,022, 1988.

- 2 -

Tutawezaje Kutafsiri Biblia?

I. Hatua mbili

A. Nini Mungu alisema kupitia Binadamu wake kwa wasikilizaji na wasomaji wa kwanza wa fungu hili?

Biblia ni kitabu kilichoandikwa kale kati ya Miaka 3000 na 1900 iliyopita, kwa Kiyahudi, Kiaramaiki na Kiyunani. Tunawezaje kujua nini Mungu alikuwa akisema kwa wasikilizaji au wasomaji wale wa kwanza, au walielewa hii nini?

Si rahisi lakini kuna dalili ya uhakika tunaweza kupata...

1. Muktadha wa: Nini ujumbe wa jumla wa kitabu fulani au sehemu ya kitabu? Je, ujumbe wenyewe unadokezo inje au hali ambayo kitabu hiki kiliandikwa? Kitabu cha Yoeli, kwa mfano, kinatuambia wazi kuhusu tauni ya nzige walio haribu ardhi. kitabu cha 1 Timotheo kinaendelea kutaja walimu wa uongo na wale ambayo walitoka kwa imani. Hizo ni dalili muhimu katika kusoma vitabu.

2. Fasihi ya kidunia:Historia ya Kidunia na imani potofu mara nyingi hutuambia mengi juu ya matatizo, mwelekeo wa utamaduni, mila na desturi za watu mahali fulani na kipindi cha historia. Hii mara nyingi hutia mwanga unaohitajika sana juu ya sehemu ya Biblia kwa watu ambayo wanaishi katika hali hizi.

3. Kama hatuwezi kuuliza ilimaanisho nini kwa wasikilizaji au

wasomaji wa kwanza katika mwanga wa hali yao ya kihistoria, kitamaduni na kidini, sisi badala ya kudhania kwamba hawakuwa na hesabu na kwamba Mungu alikuwa kweli akitoa Biblia hasa kwa ajili yetu kwa siku hizi-nikuonyesha kiburi cha kufadhaisha mno! Wakati sisi tukiuliza kwanza ilimaaninisha nini kwa waskilizaji na wasomaji wa kwanza, itatuzuia kufanya tafsiri kuchekwa. Bila shaka ni kweli kwamba vifungu vinaweza kuwa na matumizi mbalimbali kwa vipindi tofauti katika historia, lakini hebu tusijifanye kuwa waandishi wa mungu-aliongoza alikuwa anaandika kimsingi kwa ajili yetu badala ya watu wa wakati wake mwenyewe. Lakini baada ya sisi kuuliza ilikuwa na maana gani kwa wasikilizaji na wasomaji wale wa kwanza, basi tuko tayari kwa swali la pili.

B. Je, fungu hili lasema nini leo? Je, yanatuhusu sisi? Tutajuaje kama inahusu sisi?

1. Hapa ndipo mahali ambapo sisi tunahitaji kuangalia maandiko mengine yote katika Biblia yanayoshugulikia mambo yanayo fanana na mada hiyo hiyo au hali sawa na hiyo. Kama tunataka kujua kama kuna tofauti katika kile wanaume na wanawake wanapaswa kufanya katika kanisa, nyumbani, na jamii, ni lazima tuchunguze maandiko yote yanayohusika — siyo machache yanayosema yale ambao tunataka yasemwe.

2. Kitu gani hasa kitafanya maandiko fulani kukosa kutumika kwa sisi? Labda hali yetu ni tofauti kabisa - sababu au mafundisho hayaishi tena.Lakini hii siyo hatari? Tunaweza tu kusema, "Hiyo haituhusu sisi." Ndiyo, hiyo ni hatari, lakini ni hatari zaidi kutouliza maswali haya. Kama hatuwezi, sisi tutajipata katika mazoezi ya "kuchagua maneno halisi" — ya maandiko yanayokubaliana na mawazo yetu, na kupuuza mengine yote. Hi ndiyo kwa nini ni muhimu kutambua makundi mawili ya mafundisho.

II.Aina Mbili

A. Kanuni au viwango vya juu — kanuni inayofundishwa katika Biblia lazima ichukue nafasi ya kwanza katika fikira zetu na kuwa na kipaumbele cha juu katika yote tunayofanya.

B. Sheria za watu mahali walikuwa.

Roho Mtakatifu alipuzia Biblia yote na yote ni ya thamani kwetu kwa ajili ya mafundisho, na kuwaonya watu makosa yao na kKuuadibisha kwa haki, ili kila mtu ambaye ni wa Mungu, awe stadi kuwa na vifaa kwa ajili ya kila kazi njema (2 Timotheo 3:16). *Haisemi kwamba yote ni sawa katika kila hali, inasema ya kwamba tunaweza kujifunza kitu kutoka kwa yote.*

III. **Jinsi gani tunaweza kutofautisha kati ya viwango vya juu zaidi na kanuni za watu mahali ambapo walikuwa?**

A. Kanuni na Viwango via juu viliwekwa mkazo na Yesu (na mara nyingi na Paulo na waandishi wengine wa Biblia) na wakati mwingine viliamriwa wazi kuwa viwango vya juu.

Mifano:

- "Katika kila kitu, uwatende wengine, yale ungependa wao wakutendee kwa sababu hii inakamilisha Sheria na Manabii" (Matayo 07:12).

- "Mpende Bwana Mungu wako kwa moyo wako wote na kwa roho yako yote na kwa akili yako yote. Hii ndiyo ya kwanza na amri iliyo kuu. Na ya pili yafanana nayo, Mpende jirani yako kama wewe mwenyewe. Sheria na manabii hutegemea amri hizi mbili" (Matayo 22: 37-40).

- "Mpende jirani yako kama wewe mwenyewe. Upendo hHaumtendei jirani mMabaya. Kwa hiyo, upendo ni utimilifu wa sheria" (Warumi 13:10).

B. Wakati mwingine kanuni za juu hupatikana katika tukio moja na madhara yake. Ushahidi wa Biblia kwa ajili ya Pentekoste na maana yake kama kawaida au kiwango cha juu kilichotolewa na Joel, Yohana Mbatizaji, Yesu, Petro na Paulo. Siku ya Pentekoste (Matendo 2: 1-18,33) Petero ananukuu Agano la Kale katika kifungu cha Joel 2:28 kuonyesha kwamba kuja kwa Roho Mtakatifu kunapita mipaka yote kati ya Wayahudi na watu wa mataifa mengine, wanaume na wanawake, vijana na wazee, watumishi na mabwana. Vizuizi hivi vyote vilikuwepo katika Dini ya Kiyahudi, lakini Kristo alikuja kwamba wote wawe na uzima ndani yake na uhuru kutoka katika vizuizi vile na mgawanyiko. Kuja kwa Roho Mtakatifu kulikuwa kwa muhimu kwa waandishi wengi wa Biblia.

1. Yoel 2:28,29.

2. Yohana Mbatizaji: Matayo 3:11; Mariko 1:6-8; Luka 3:16; Yohana 1:26-34.

3. Yesu: Yohana 7: 37-39, Yohana 20: 19-23; Luka 24:46-49; Matendo 1:4-8; 11:16

4. Petero: Matendo 2: 1-4;14-18; Matendo 10: 44-48; 11: 15-18.

5. Paulo: Wagalatia 3: 26-29.

C. Wakati mwingine kanuni za juu hutangazwa katika mwisho wa kitabu chote. Agano la kale la fundisha utaratibu mzima wa dhabihu. Wakristo hawatimizi dhabihu za Agano la Kale. kwa nini? Kwa sababu kitabu cha Wahebrania kinafundisha kuwa Kristo yeye mwenyewe ni 'dhabihu kamili', 'dhabihu ya mwisho', 'mara moja kwa wote'(Wahebrania 10:8-18). Paulo anasema tambiko ya Agano la Kale ilikuwa kivuli cha mambo yajayo, lakini maana ni ya Kristo (Wakolosai 2:16-18; Wahebrania 10:1-22).

D. Yesu mwenyewe na mafundisho yake ni ya viwango vya juu vile alivyo fafanua yeye mwenyewe katika Injili ya Matayo 5:17. "Sikuja kutangua (Sheria na manabii); nimekuja kutimiza."

Yeyote anayeangalia kwa karibu katika maisha na mafundisho ya Yesu anajua kuwa yeye hakufuata desturi ya utamaduni wa Wayahudi katika kufundisha wanawake kama watu wa chini. Wanawake walikuwa kati ya wanafunzi (Isipokua siyo katika wale kumi na wawili); aliwafundisha kuweka mambo ya Mungu, na hata aliwaamuru kufundisha wanaume—aliwapa ujumbe mkuu ambao haujawai kujulikana duniani—ufufuo wake—kwao kuufanya ujulikane kwa wanafunzi wake.

E. Kanuni za juu zaidi zinapatikana ndani ya Yesu "maelezo ya uongozi

wa kweli na ukuu wakati alikataa madai ya amri ya Mataifa."
"Mafundisho kuhusu mamlaka na utumishi, ni kinyume kwa
mazoa ya dunia ya kale na ya dunia yetu ya kisasa. "Mnajua
kwamba watawala wa mataifa wanaweka mzigo juu yao, na watu
wao wakubwa wanatumia mamlaka juu yao, lakini anayetaka kuwa
mkuu kati yenu ni lazima awe mtumishi wenu, na anayetaka kuwa
wa kwanza kati yenu ni lazima awe mtumwa; kama vile mwana wa
Adamu hakuja ili kutumikiwa, bali kutumika na kujitoa maisha yake
kuwa fidia kwa wengi" (Mathayo 20: 25-28; Mariko 10:41- 45; Luka
22:24-27; Yohana 13:12-16). Inashangaza kwamba katika mifano yote
iliyoandikwa katika Biblia ambapo Yesu alitoa mafundisho muhimu,
ilikuwa daima kwa wanafunzi wa kiume. Kwa nini? Sijui. Pengine
ni kutokana na wanawake walikuwa tayari kabisa kijamii kuwa
"watumishi." Kwa Wanafunzi wa kiume haikuwa hivyo.

F. Wakati mwingine kanuni za hali ya juu hupatikana katika uhusiano
na kushiriki katika mabadiliko ya agano, amri, umri nakadhalika.
Luka 22:20; Jeremia 31:31-34; 2 Wakorintho 3; Wahebrania 8:13,
9:13-14, 25-28.

Yesu alieza haya katika mfano wa maneno, "hakuna mtu atiaye
divai mpya katika viriba vikuukuu, divai mpya itavipasua hivyo
viriba na itakuwa itamwagika, na viriba vitaharibika. Divai mpya
hutiwa katika viriba mpya" (Luka 5: 37-38). Kwa hiyo, sehemu
ambazo Yesu na injili kwa uwazi zilivunja matendo pamoja
na mafundisho ya Wayahudi lazima kuzingatiwa kuwa "divai
mpya" na "viwango vya juu zaidi" (Marko 9:17, 2:21-22; Luka
5:37; Yohana 4:20-26).

IV. Kanuni za watu mahali ambapo walikuwa.

Biblia ina kanuni nyingi za watu mahali ambapo walikuwa.
Zinaonekana katika Agano La kale na Agano Jipya. Kwa wengine
"kanuni au viwango vya juu zaidi" nyuma yao ni dhahiri. Kwa wengine,
hatuwezi kuwa na Uhuakika ni kwa sababu gani kanuni zilipeanwa
wakati huo, pengine ni kwa sababu sisi tumeondolewa mbali mno katika
historia na utamaduni wa kuelewa hali.

A. Mifano ya Agano la Kale.

"Usipande Mbegu ya shamba lako kwa mbegu wa aina mbili , wala kuweka kwenye nguo yako vifa viwili tofauti" (Mambo ya Walawi 19:19). "Wala usitie duru ya nywele kwenye upande wa nyumba yako au kutia ukingoni mwa kichwa chako" (Mambo ya Walawi 19:27).

B. Mifano ya Agano Jipya.

Agizo kwa makanisa yote katika Matendo 15: 28-29 ya kwamba waongovu wa mataifa wasile chakula kilichotolewa kwa sanamu, damu (nadra hakuna nyama ya kipande), chochote kilichonyongwa, wala kujihusisha katika mambo yasiyo safi. Haya yalikuwa ya kukera sana kwa waumini wa kiyahudi katika Makanisa (ambayo kwa kweli waliuona kwamba waumini wa kutoka kwa mataifa wanapaswa kuweka sheria ya Agano la Kale yote na hii ilikuwa ni maelewano). Badhi yao walikuwa ni kutoka katika Dini za kipagani za Wayunani na waumini kutoka katika mazoea haya walihitajika kukumbushwa ya kwamba walitajika kuvunja uhusiano wao kutoka kwa matendo ya zamani. Sehemu ya pekee ambayo wakristo wangali wanazingatia kuwa muhimu ni agizo kuhusu utakatifu, kwa sababu hiyo inawekewa mkazo na mafundisho ya Yesu na waandishi Wengine wa Agano Jipya na ni dhahiri katika kushika kwa maadili ya juu ambayo Kristo Alifufundisha.

Kuna mengine. Mara tano, Paulo na Petero waliagiza Wakristo kusalamiana na busu takatifu. Haya mazoezi ni nadra sana katika Inchi za magharibi. Agizo la Paulo 'kwa Timotheo kwa kutotumia maji peke,' bali unywe divai kidogo kwa ajili ya tumbo lako, na maradhi yako ya mara kwa mara, (1 Timotheo 5:23), inaonyesha kujali kwake kwa ajili ya afya ya kimwili ya Timotheo, lakini ni vigumu kufasiriwa kama tiba ya matibabu kwa watu wote kwa wakati wote ambayo wana matatizo ya utumbo. lakini siyo hata moja ya amri hizi zilikuwa daima hatili katika Agano Jipya.

KUMBUKA: Mafundisho yoyote katika Agano Jipya yaliyoonekana kinyume kwa kanuni na viwango vya hali ya juu zilizowekwa na Yesu ni lazima zichunguzwe kwa makini kuona kama hali ya ndani au ya muda inaweza kuwa msingi dhahiri wa utata. Tafsiri sahihi inahitaji ya kwamba maandiko yote juu ya swala lolote yachunguzwe katika mwanga wa njia ya sauti ya tafsiri.

V. Makosa ya kawaida katika utafsri wa Biblia.

A. Kuchagua Jinsi ya maana hasa ya maneno: Kuchagua maandiko Ambayo yanaonekana kusema yale ambayo unapenda na kusoma kama halisi—bila kujali maana yake ya kihistoria au mazingira ya kitamaduni. Halafu kupuuza maandiko mengine yote yanayoonekana kwamba husema kinyume. Mfano: Chagua Waefeso 5:22 "Wake, watiini waume zenu kama kwa Bwana, ukipuuza Waefeso 5:21, ambayo inashugulikia Wakristo wote (wanaume ana wanawake), "kutii wenyewe kwa wenyewe kwa heshima yetu kwa Kristo." Tena kwa manufaa yako unapuuza 1 Wakorintho 7:3-16 ambayo inafundisha utii wa pamoja na usawa wa waume na wanawake.

B. Kusoma katika maandiko maana ambazo haziko: Kwa Mfano; soma "utawala wa kiume" Katika Mwanzo 12:18 kwa sababu mwanamke anasemekana aliumbwa kama 'msaidizi' kwa ajili ya mwanaume. Neno la kihebrania la msaada ni "ezer" na linatumika katka Agano la Kale kuelezea Mungu kama msaidizi wetu. Ezer halitumiki katika Agano la Kale kama kuwa chini. Wakalimani wenye makosa pia "husoma katika" Mwanzo 2 kuhusu kuumbwa kwa Adamu kwanza, wazo kwamba, wanaume kwa hivyo waliwekwa wakfu na Mungu kuwa na utawala juu ya wanawake. Biblia haisemi wala haimaanishi hivyo. Kwa Kweli, Mungu kawaida alichagua watu wenye umri mdogo kwa nafasi za uongozi. Musa juu ya Haruini, Yakobo juu ya Esau, na Daudi juu ya Ndugu zake watoto wa Yese.

C. Ufafanuzi wa upendekezo ukidai upendekezo na kisha kutafuta maandiko na mbinu za kusaidia pendekezo: Pamoja na Mbinu hii, Biblia inaweza kuwa (na mara zote imekuwa) ikitumiwa "kuthibitisha" karibu kila kitu mkalimani anachagua. Mungu ametupatia Biblia kama mwongozo kwa maisha yetu na fikira zetu. Ni muhimu Ya kwamba tujifunze wenyewe yale Biblia inasema kuhusu somo la uhusiano wa wanawake na wanaume. Tunaishi katika Inchi ambayo tuko na uhuru wa kufikia Biblia na wingi wa misaada ya kujifunza. "Kwa yule amepewa mengi, mengi yatahitajika."

- 3 -

Ubora wa Mungu na Jinsi Uliharibiwa na Dhambi

I. Maana ya "Adamu" (ni neno sawa la kihebrania kwa ajili ya "binadamu" "Mwanaume" au "Adamu")

A. Katika Mwanzo 1:26 "Mtu" (ni neno sawa – Adamu) ina maanisha binadamu.

B. Katika Mwanzo 2:7 "Mtu" linamaanisha; mwanaume mmoja.

C. Katika Mwanzo 5:1 "Adamu" (mwanaume) ni jina sahihi la mtu binafsi katika sehemu ya kwanza ya mstari, "mtu" katika sehemu ya pili inamaanisha binadamu.

D. Katika Mwanzo 5:2 "Adamu" (au mwanaume) inahusu wanandoa – Adamu na Hawa.

II. Lengo la Mungu na Neno lake kwa wanawake na wanaume (Mwanzo 1:26-31)

A. Mtu katika Mwanzo 1:26 kawaida linamaanisha Binadamu.

B. Wanaume na Wanawake kwa usawa wako na sura ya Mungu (Mwanzo 1:27).

C. Mungu aliwapa wanaume na wanawake majukumu sawa.

1. Mkazaane na Kuongezeka.

2. Mkaijaze inchi na kuitiisha.

3. Muwe na mamlaka juu ya kila kitu kilicho hai.

D. Mungu alipendezwa na kila kitu alichokiumba (Mwanzo 1:31).

III. Akaunti ya uumbaji katika Mwanzo 2, tena inaonyesha mpango wa Mungu.

A. Mungu aliumba Adamu na Wanyama kutoka kwa mavumbi kutoka kwa mchanga (Mwanzo 2:7, 19).

B. Adamu, alikuwa na ufahamu wa hali ya upweke (Mwanzo 2:18-20). Alikuwa peke yake na hakuwa na mwingine wa kufanana naye.

C. Mungu aliumba Hawa kutoka kwa ubavu wa Adamu na Adamu mora moja akatumbua kwamba alikuwa ameumbwa kutoka kwake kama yeye na ikatimiza mpango wa Mungu wa kumfanyia msaidizi kama yeye, anayefaa kwa ajili yake na imefafanuliwa katika kamusi ya Kihebrania ya Kiingereza—"kama sawa na kuandamana."

D. "Msaidizi" katika Agano la Kale Kamwe haionyesi "kuwa chini" au chini ya "mamlaka ya," Neno la Kihebrania *ezer* linaonekana mara 21 katika Agano la Kale. Marejeo mengi ni kwa Mungu kama Msaidizi wetu. Yeye ni vigumu kuchukuliwa kama kuwa chini. Wakati linatumika kwa Mungu, neno linatumika kuhusu Mungu, linamaanisha "Nguvu" au "uwezo." Katika matukio machache ambapo Ezeri hutumika kuhusu mtu mwingine ambaye si Mungu, hali inaonyesha maana yake ni kitu kama "mshirika." Maelezo sahihi ya Adamu na Hawa katika Mwanzo 2:18. Ni nguvu au uwezo au mshirika sawa na kuadamana naye.

IV. Wakati dhambi iliingia Ulimwengu, mpango wa Mungu uliharibiwa (Mwanzo 3:3).

Dhambi iliharibu uhusiano mzuri ambayo Mungu alikuwa ameumba

Kati ya Watu na Mungu

Kati ya Watu na Maumbile.

Kati ya Watu—Adamu na Hawa.

A. Maelezo yote yalio.elekezwa kwa Adamu ni sawa kwa Hawa. Kwa wote mwanaume na mwanamke dhambi ilileta mauti, kazi ngumu na kwekwe (Mwanzo 3:17-19).

B. Maelezo yote yaliyoelekezwa kwa Hawa inaonyesha kwamba kule kuheshimiana kutoka pande zote mbili uliowahi kuishi kati yake na Adamu uliharibiwa. Katika mahali pake, mume wake atakuwa na utawala kwake(Mwanzo 3:16). Pamoja na ukweli huu mbegu ya mwanamke hatimaye itaharibu nguvu ya nyoka (shetani) (Mwanzo 2:15). Hii inahusu kuzaliwa kwa Massia, Mwokozi wa Ulimwengu.

V. Majibu kwa baadhi ya tafsiri ya Mwanzo.

A. Je uumbaji wa Adamu kwanza na Mungu katika (Mwanzo 2) wanaume watawala juu ya wanawake? Biblia haitoi dalili kama hiyo. Hata ingawaje Wahebrania walipendelea mtoto wa kwanza wakiume , matendo ya Mungu yalienda kinyume. Mungu alimchagua Yakobo badala ya Esau(pacha la kwanza) kuwa Babu wa Wahebrania. Mungu alichagua Musa ndugu mdogo wa Haruni, kuongoza Watu wake kutoka Misiri, kuwa mtoa sheria mkuu. Mungu alimchagua Daudi Kijana mdogo wa Yese kuwa Mfalme maarufu wa Israel na Babu waKristo.

B. Je Adamu kupeana jina kwa Hawa huonyesha waume wawe wakitawala? Biblia haionyeshi mamlaka maalum kwa Jina. Hawa (siyo Adamu) alimpa Seth jina kijana wao. Raeli na Leya walimpa majina watoto kumi na wawili wa Yakobo. Mariam aliambiwa kumpa Yesu jina.

C. Katika Mwanzo 3:16 ("yeye atatawala juu yak") agizo la Mungu lililowekwa wakfu hii ilikuwa ni tukio la dhambi siyo kanuni iliyochaguliwa na Mungu. Ina tabiri kile kitatendeka na siyo kile lazima kitendeke. Kama kila kitu katika sehemu kilikuwa kimekadiriwa na Mungu basi sisi kamwe tusiung'oe mwiba au mbigili katika bustani zetu (Mwanzo 3:18) au kutumia kifaa cha hewa. Sisi (hasa sana wanaume!) wanatakiwa kutoa jasho.

D. Ni wanawake milele waliohukumiwa kubeba jukumu kwa ajili ya dhambi katika "dunia kwa sababu Hawa alitenda dhambi kwanza"? Kuna lawama ya kutosha kwenda kote kwa sisi wote. Warumi 5:

12-19 inaweka lawama kwa Adamu badala ya Hawa. Muhimu zaidi upatanisho wa Yesu Kristo unatosha kwa wanawake wote na watu; sisi wote tunaokolewa kwa neema kwa njia ya imani.

E. Ilikuwa dhambi ya Hawa kwamba yeye kupitiwa nje ya "jukumu" yake na kusikiliza Shetani badala ya kuwa mtiifu kwa mumewe?na kusikiliza Shetani badala ya kuwa mtiifu kwa mumewe. Hii mafundisho ya kawaida ni kinyume kabisa na Mwanzo 3:17 ambayo inasema wazi kuwa dhambi yao ilikuwa kutotii katika kula tunda lililokatazwa—siyo katika yoyote ya "jukumu."

- 4 -

Wanaume na Wanawake katika Agano la Kale

Kumbuka: Waebrania (Wayahudi) wa Agano la Kale walikuwa na nguvu (lakini siyo peke) katika mfumo wa utawala wa kiume katika kijamii kama vile Mataifa ya kisanamu karibu na Israeli walivyokuwa na utawala wa kiume. Hata hivyo ni mashaka kwamba Waebrania walichukulia jamii ya mfumo ya kiume kuwa Mungu aliiweka wakfu, kwa sababu kulikuwa na matarajio mengi na vitendo vya utawala wa kiume baadhi ya hizi ilihusisha Manabi Wanawake. Matarijio yatajifunzwa hapa:

I. Wote Wanaume na Wanawake walikuwa Viongozi wa muda.

Waamuzi wakati mmoja katika hisitoria ya Israeli, walikuwa watawala juu ya ardhi na waliitwa katika afisi hiyo na Mungu (Waamuzi 2:16-18)

Mifano:

Deborah alikuwa mmoja wa majaji wengi waliofaulu na kutambuliwa na watu kama msemaji wa Mungu (Waamuzi 4,5). Tena alikuwa Nabii, Kiongozi wa jeshi, mke, mshahiri na mwimbaji.

Gideon alikuwa muamuzi na kiongozi wa jeshi, kiongozi aliyechaguliwa na Mungu. (Waamuzi 6:11 – 8:33).

II. Wote wanawake na wanaume walifanya sehemu muhimu katika ukombozi wa Israeli kutoka Misri.

Mifano:

Mkunga aliyekosa kutii Pharao (Kutoka 1:15-25)

Dada na Mama wa Musa waliomusaidia kumwokoa (Kutoka 2:1-10)

Binti wa Pharao aliyepinga Baba yake,

Musa na Haruni waliongoza Waisraeli kutoka Misiri.

III. Baadhi ya wanawake walikuwa manabii ingawa manabii wengi walikuwa wanaume.

Mifano:

Huldah katika wakati ule wa Jeremiah na Sephania (2 Wafalme 22:1-23; 2Mambo ya Nyakati 34: 1-35; 19). Alikuwa na ushawishi katika ufufuo chini ya Mfalme Yosia. Wote Mfalme na Kuhani Mkuu walimtambua kama Nabii wa Mungu. Na wakaja kwake kwa usaidizi na ushauri.

Deborah (tazama hapo juu), Miriam (Ex 15:20,21), na Mke wa Isaya (Isaya 8: 3).

IV. Wote Wanaume na wanawake Walitumikia katika utamaduni wa jamii.

Mifano:

Wanaume na Wanawake walitayarisha hema (Kutoka 35:20-29.

Wanawake na Wanaume pamoja walitunga nyimbo na kuimba maombolezo kwa heshima ya wafu (2 Mambo ya Nyakati 35:25.

Wanaume na wanawake waliimba kwaya katika Hekalu. (Nemiah 7:67.

V. Matunzo na Maagizo kwa watoto yalikuwa ni majukumu ya pamoja.

Wababa na Wamama walihitajika kuheshimiwa na kusikizwa kwa usawa (Mithali 1:8;6:20; 30:17; Kumbukumbu la Torati 5:16, 6:6-9, 20-25).

VI. Angalau katika baadhi ya ndoa, Wake walishiriki sana katika kufanya maamuzi.

Mifano:

Mwanamke mwema wa Mithali 31:10-31 aliendesha biashara, kilimo, shamba, nyumba za watumishi, alifanya kazi ya kijamii, alikuwa mwalimu wa ufanisi, na kupokea sifa na msaada kutoka kwa mume wake na watoto.

Hanah alichagua kumweka Samueli wakfu kwa Bwana (1Samuli 1:9-11, 21-24).

Abigaili aliokoa jamii kwa ajili yake mwenyewe (Samuel 25:;2 to 38).

Sarah na Abraham: Kumbuka majanga ambayo yalitokea wakati Sarah alipotii ovyo Abrahamu badala yakufanya yaliyo haki (Mwanzo 12:11-20) na wakati Abrahamu alimtii Sarah badala ya kufanya yaliyo haki (Mwanzo 16:2-6). Hata hivyo, katika Mwanzo 21:12, Abrahamu anaambiwa na Mungu kumtii Sarah. Mungu alinena binafsi na Abrahmu, Sarah na Hagari (Mwanzo18:10-15, 16: 7-15).

VII. Uhusiano wa kimapenzi katika wimbo wa Sulemani ni moja ya kuheshimiana.

Hili shauri la upendo hutia moyo dhana ya kuheshimiana na furaha kwa kila mmoja. Angalia jinsi Wanasema juu ya kila mmoja katika 2:16; 3: 1-6, 5:16; 7: 10-13.

- 5 -

Msimamo wa Yesu Upande wa Wanawake na Wanaume

I. **Aina ya ulimwengu ambayo Yesu alikuja ndani.**

A. Wanawake mara nyingi walikatazwa kujifunza Torati (Agano la Kale). Wasichina hawakuenda katika sinagogi, shule ,IIhali ambapo vijana walifundishwa kusoma na kuandika. Marabai wengine walisema ilikuwa ni vibaya kufundisha washichana.

B. Ushahidi wa wanawake haukukubalika katika mahakama mpaka mwanaume aweza kuthibitisha nini alisema mwanamke.

C. Wanawake hawakuweza kuingia mahakama ya Israeli katika hekalu. Ilikuwa imehifadhiwa kwa wanaume na wavulana wa umri wa miaka zaidi ya kumi na mbili. Wanawake waliruhusiwa kuingia katika mahakama ya kiyahudi ambapo—wanaume, wanawake na watoto walikubaliwa. Yesu alichugua kufanya mafundisho yake katika mahali pa wanawake.

D. Wanawake hawakuhesabiwa katika koramu (ya watu kumi) iliyohitajika kuwa sinagogi. Katika kila kitu wanawake walihesabiwa kama watoto.

E. Walimu wakubwa Hawakuwasalimia wanawake hadharani—na hata kwa wake zao wenyewe na binti zao.

F. Wanawake kawaida hawakurithi mali kutoka kwa waume au

baba. Hii pengine ndiyo sababu moja kwa nini mjane na umaskini kuonekana sawa katika Biblia.

G. Wanawake wa kiyahudi hawangeweza kuwapa talaka waume zao kwa sababu yoyote, lakini waume wangeweza kwa urahisi kuwapa talaka wake zao.

II. Yesu hakuvumila viwango mara mbili.

A. Yohana 8:1-11. Mwanamke aliyepatikana katika uzinifu (tazama Mambo ya Walawi 20:10 — wote wawili walipigwa kwa mawe). Yesu alitoa wito bora katika wote Mafarisayo na mwanamke.

B. Mathayo 19: 3-10. Mafundisho juu ya talaka. Yesu alikataa kuingizwa katika matendo yao bila imani. Badala yake, Yesu aliwaita, kurudi kwa mpango wa Mungu kwa kudumu katika ndoa. Wanafunzi walifikiria hiyo ni ngumu ingekuwa afadhali kutokuoa.

III. Yesu alifundisha wanawake, kama vile wanaume, kinyume na utamaduni.

Luka 8:1-3 Wanawake walisafiri na Yesu na walimuunga mkono.

Luka 24:6-9 Malaika aliwakumbusha wanaume yale Yesu alikuwa amewafundisha. Mafundisho kuhusu kifo na ufufuo yalikuwa mafundisho "ya ndani" siyo yale wangeweza kusikia kama sehemu ya umati wa watu ambao walisikiliza mahubiri ya Yesu.

IV. Yesu alisahihisha fikira potovu za wote wanaume na Wanawake na hakupendelea Wanawake.

A. Martha alifikiri Maria alikuwa wa jikoni (Luka 10:38-42).

B. Petero alifikiri kwamba Yesu asizungumzie juu ya kufaa (Mathayo 16:21-23).

C. Mwanamke asiyejulikana katika umati alijaribu kulipa Yesu na Mama yake pongezi (Luka 11:27-28). Pongezi hii ilihitaji kusahihisha nini?

D. Yakobo na Yohana walitaka kuitisha moto kutoka juu mbinguni (Luka 9:51-55.)

E. Yesu walipinga wajibu wa cheo.

V. Mafunidisho ya Yesu na miujiza ilitendwa kwa wanaume na wanawake sawa.

A. Yesu mara nyingi alitumia vielelezo vilivyo kuwa karibu vya kiume na vya kike. Mathayo 24:40 na 41:13:31-33; Luka 15:3-17, 8-10; Mathayo 25:1-13, 14-30.

B. Wanaume na Wanawake walikuwa wakifanyiwa sawa katika matukio ya uponyaji. Linganisha:

1. Mariko 5:25-34 na Mariko 10:46-52.

2. Luka 13:10-17 na Mariko 3:1-5.

3. Luka 7:11-17 na Luka 8:40-56.

C. Yesu alitumia wote wanawake na wanume kama mifano ya ukweli ya kiroho. Linganisha:

1. Marko 14; 3-9 na Mariko 10: 17-22.

2. Luka 18:1-7 na Luka 18:9-14.

3. Mariko 12:41-44 na Mariko 12: 13-17.

4. Yohana 12: 1-8 na Yohana 13:2, 3-15.

V. Yesu aliwakabithi baadhi ya wanawake na wanaume na ukweli fulani muhimu katika historia.

A. Kwa Mwanamke Msamaria pale kwa kisisma, Yesu alitangaza tangazo lake la kwanza la Masihi. Akawa Mwinjilisti wa kwanza alioandikwa (Yohana 4: 7-42).

B. Wanawake walikuwa wa kwanza kumwona mwokozi aliyefufuka na wakaambiwa kupeleka ujumbe. Wa ufufuo kwa wanafunzi. Yesu hakuchagua kuwaonekania Petero na Yohana hata ingawaje walienda kaburini (Yohana 20:1-8; Mathayo 28: 5-10; Luka 24:11, 12).

C. Ukweli na Mifano ya Karamu ya mwisho zilipewa wanafunnzi kumi na Wawili (22: 14-27).

D. Ungamo kuu la Petero Ya kwamba Yesu ni Masihi (Mathayo 16:18-20).

E. Wanawake walikuwa muhimu na vyanzo dhahiri vya injili. (Luka

1:1-4). Sehemu kubwa ya injili inashugulikia kuzaliwa, kifo, na ufufuo wa Kristo. sehemu kubwa ya nyenzo katika Luka 1-3 inaweza kuwa ilitoka kwa Mariamu mama yake Yesu. Maelezo juu ya ufufuo yalikuwa kutoka kwa wanawake ambao walienda kaburini. Walikuwepo wakati wa kusulibiwa wakati wanafunzi wote walikuwa Wameondaka isipokuwa Yohana (Luka23:26-56; Mathayo 27:55, 56; Mariko 15: 40-47; Yohana 19:25-27).

VII. Wanaume na wanawake pamoja walingojea na kupokea Roho Mtakatifu na kutangaza mambo makuu ya Mungu.

Matendo 1:8, 14; 2:1-21, 33; Luka 24:49; Yohana 7:37-38, 20:19-23.

- 6 -

Wanawake na Wanaume katika Kanisa la Kwanza

I. Manabi wa Agano Jipya walikuwa pamoja wanaume na wanawake.

A. Anna na Simeon. Luka 2:25-38

B. Wanaume na wanawake wakati wa Pentekote. Matendo 1:14; 2:1-4; 2:17, 18, 33.

C. Binti za Philipo. Matendo 21:8, 9.

D. Judas na Sila. Matendo 15:32.

E. Wanaume na wanawake katika kanisa la Wakorintho. 1 Wakorintho 11:4-5.

II. Unabi wa Agano Jipya ni nini?

A. Kujengana, kutia Moyo na Faraja. 1 Wakorintho 14: 3-5.

B. Uinjilisti. 1 Wakorrintho14: 22-25

C. Kutakimini na mafundisho. 1 Wakorintho 14: 26-32.

D. Kuwasilisha kwa utaratibu. 1 Wakorintho 14:39-40.

III. Umuhimu wa manabii wa Agano Jipya.

A. Wao ni wapokeaji wa ukweli wa Mungu. Waefeso 3:4-6

B. Wao ni vipawa vya Kristo kwa kanisa. Waefeso 4:11

C. Hao na Mitume ni msingi wa kanisa. Wefeso 2:19, 20

D. Hao wanateuliwa katika kanisa na Mungu. 1 Wakorintho 12:28.

IV. **Wanawake na Wanaume walikuwa miongoni mwa viongozi wa kanisa la kwanza.**

A. Wanaume na Wanawake walishiriki katika mateso ya Kanisa. Matendo 9: 1-2.

B. Wanawake katika kanisa la Filipi.

1. Lydia (Matendo 16:13-15) Inaonekana hawakuwa na wanaume wa Kiyahudi kutosha (10) kuwa na sinagogi kule Filipi. (Wanawake hawakuwa na hesabu katika idadi inayohitajika) Paulo hakukawia. Kujiunga na mkutano wa maombi ya wanawake inje kama msingi kwa juhudi zake za kiuinjilisti katika Filipi."

2. Eudia na Sintike (Wafilipi 4: 2,3). Paulo anaelezea wanawake hawa kama wale ambao "walifanya kazi bega kwa bega na mimi katika kueneza Injili."

3. Filipi, Beroa, na Thesolonika zililkuwa katika Masedonia (Kasikasini mwa Ugiriki) ambapo Wanawake walikuwa na uhuru na Usawa kuliko katika sehemu zingine zote katika Ugiriki. Hii ni imeelezwa katika maandiko ya kawaida ya Kigiriki, na katika utafiti katika mambo ya kale ambapo tunapata mabaki ya wanawake yaliyojengwa kwa heshima yao, na katika Matendo 17:4, 12 mahali Luka anataja "wanawake walioongoza" na "wanawake wa tabaka la juu."

4. Kanisa katika Filipi lilikuwa mojawapo ya Makanisa yaliyompendeza Paulo, analimbikizia sifa Wanawake katika barua yake kwa Wafilipi. Hayasemi kitu katika barua hii au katika barua yake kwa wa Thesalonike juu ya wanawake kuwa kimya Kanisani, au kuwa chini au kutofundisha, ingawaje makanisa haya yalikuwa katika maeneo ya wanawake na uwezakano wa hao kuwa katika sehemu ya uongozi kwa sababu utamaduni wao na baadhi ya mambo yalikuwa wazi.

C. Prisila na Akuila(Matendo 18:1-4; 24-28; Warumi 16:3; 1 Wakorintho 16:19). Paulo anasema, hawa viongozi wawili wakiKristo walijihatarisha kwa kifo kuokoa maisha yake; kila wakati walikuwa na kanisa nyumbani mwao mahali waliishi, na wakasafiri mji kwa mji. Walikuwa waalimu wa Apolo huko Efeso. Paulo anawaita hao wafanyi "wenzake." Katika maandiko ya kiyunani, Prisila kawaida anatajwa kwanza, ingawaje hiyo haikuwa njia ya kawaida. Inaweza kuonyesha Ya kwamba alikuwa maarufu zaidi wa wawili. Paulo alikiria juu yake kwanza alipowaandikia.

D. Phibi (Warumi 16:1, 2) Neno la kiyunani linaelezea Phibi linamaanisha shemasi. Toleo nyingine za Kingereza zinatumia neno hilo kama shemasi wakike ingawaje hatukuwa na neno kama hilo katika kiyunani wakati huo. Toleo zingine zinatumia neno "mtumishi." Hii ndiyo tafsiri iliyo sahihi ya shemasi, na kama inatumiwa kuelezea Phibi ni lazima itafsiriwe hivyo wakati inatumika kwa viongozi wa makanisa katika Wafilipi 1:1, 1 Timotheo 3:8, 12, 13 na pia kuelezea Paulo, Timotheo, Tikikasi na Apolo. Ni neno moja katika hali yote. Angalia tafsiri uipendayo uone vile neno hili linatumika juu ya Phibi katika Warumi 16:1, 2 na ulinganishe hilo katika sehemu zingine za barua za Paulo wapi mahali linapatikana. Warumi 13:4; 15:8; 1 Wakorintho 3:5; 2 Wakorintho 3:6; 6:4, 11:23; Wagalatia 2:17; Waefeso 3:7; Wafilipi 1:1; 1 Timotheo 3:8, 12, 13. Neno lingine lilotumiwa kuelezea Phibi katika 16:2: ni "prostatis" hii ni aina ya neno la "kiyunani aina ya neno la kike linalomaanisha kiongozi au mtu ambaye anasimamia, anaye simama mbele au musimamizi." Tafsiri nyingi zimetumia "msaidizi, rafiki mwema, naibu" - maneno ambayo hayawezi kueleza ladha ya uongozi ambayo iko katika neno la Kiyunani *prastatis*.

E. Warumi 16:1-5 inataja wanawake kumi (10) na wanaume kumi na saba (17) mahasusi, wanaume walio dhahiri waliojulikana au viongozi katika kanisa au makanisa katika Rumi. Ingawaje Paulo alikuwa hajawahi kuwa katika Roma wakati aliandika barua hii, alikuwa amesikia juu ya watu hawa na akatuma salamu zake za binafsi kwao. Paulo anawaelezea wanawake kuwa na majukumu au kazi sawa kama wanaume. Neno hili linajumuuisha shemasi, mlinzi, mfanyakazi mwenzake, mfanyakazi wa nguvu, na mtume. Haya ndiyo maneno sawa na yale Paulo anatumia kuelezea wanaume kumi na saba (17) ambao anawasalamia katika Warumi 16 . Neno Junias katika Warumi 16:7 limechukuliwa na wasomi wengi kuwa kosa – ya kwamba inahusu Junia, jina la kike.hadi karne ya 13 Junia alidhaniwa kuwa mwanamke. Watafisri wanafikiriwa ya kwamba walilibadilisha na kuwa Junias (Hata ingawaje, hakuna jina kama hilo ambalo limewhi kupatikana maandishi ya wakati hou) kwa sababu hawangeweza kudhania Paulo kumwita mwanamke mtume. Tafsiri ya RSV inasema katika msitari wa saba, "hao ni wanume wakutambuliwa kati ya Mitume" Biblia ya Kiyunani haisemi wanaume - inasema tu 'ni wakutambuliwa kati ya mitume.

F. 1 Wakorintho 16:16 Wakristo ni walihitajika kuwa "chini ya kila mfanyakazi na mfanyi kazi mwenzake." Neno hili linatumika kwa Prisila, Phibi na kwa wanauume wengi katika uongozi katika Kanisa la kwanza.

- 7 -

Waume Na Wake katika Ndoa

I. **Msingi wa mafundisho ya Agano Jipya juu ya Ndoa inasisitiza pande zote (1 Wakorintho 7: 1-16).**

A. 1 Wakorintho 7: 1-16 ndiyo fungu la pekee ambapo Paulo anazungumzia juu ya ndoa na siyo kitu kingine. Inahusika na uhusiano wa kimapenzi katika ndoa na madhara ya kiroho ya washirika wa ndoa juu ya kila mmoja na watoto. Kumbuka Ya kwamba Paulo anasema, "Nasema, siyo Bwana" (mstari 12 na kwa athari msitari wa 6) inamaanisha Paulo hakuwa na mafundisho simulizi ya Yesu juu ya jambo hili.

B. Paulo anaonyesha utafauti gani katika hatua ya wanaume na wake kwa kila mwingine? Tofauti gani katika ushawishi wa waume na wake juu ya kila mmoja au watoto wao? Tofauti gani katika majukumu? Ni kufanana gani?

II. **Linganisha: 1 Timotheo na 1 Timotheo 5:14**

Ni nani anatakiwa kutawala au kusimamia Nyumba? Tambua hatari inaohusika katika kuchukua fungu aidha kama taarifa kamili

III. **Jinsi gani Mungu alishughulika na wanandoa katika Biblia?**

A. Manoah na mke wake (Waamuzi 13:2-24). N i kwa nani ambaye Mungu alionekana na kutoa maagizo? Ni nini kinaonyesha ufahamu zaidi wa kiroho wa Mungu?

B. Anania na Safira (Matendo 5: 1-11) ni nani ambaye Mungu alitaka awajibike.

IV. **Shairi la upendo la wimbo wa Ulio Bora (Wimbo wa Sulemani**

Kitabu chote kinaonyesha heshima ya pande zote, upendo na mpango juu ya sehemu ya wapenzi wote

V. **Mke bora wa Mithali 31:10-31.**

Yeye nimtoa uamuzi, mkulima, mwalimu na mfanyi biashara anaongoza nyumba ya watumishi wake. Watoto wake na mume wanamwita "heri." Ajabu ndogo!

VI. **Mafundisho ya Biblia kuhusu kutii yanahusu Wakristo wote**

A. Waefeso 5: 21- 33 inaanza na "Nyenyekeeni moja kwa mwignine kutokana na Kichwa cha Kristo." Msitari unaofuata unaanza "Wake, kwa waume zenu." Neno "kutii" halipatikana katika nakala ya Kiyunani, lakini maana yake lazima ishirikishwe chini kutoka msitari wa 21 mahali ambapo inahusu Wakristo wote. Wanapaswa kuchukua mafundisho ya utiivu kwa umakini vile Kanisa linavyochukua utiivu wake kwa Kristo.

B. Wanaume wanapaswa kujitoa wenyewe kwa ajili ya wake zao kabisa kama vile Kristo alitoa uhai wake kwa kanisa ilikufanya uwezakano wa "kukamilika" wa wanawake zao – vile Kristo alikuja kukamilisha Kanisa. Hii ndiyo maana ya 'uongozi' wa wanaume katika fungu hili. Waume wanapaswa kuwainua na kuboresha wake zao kama wanavyofanya kwa miili zao wenyewe.

C. Mkazo katika Waefeso 5 ni juu ya umoja wa kanisa na Kristo na wa mume na mke - siyo juu ya madaraja (ngazi) "Kwa sababu hiyo mtu atamwacha baba yake na mama yake na ataambatana na mkewe nao watakuwa mwili mmoja." Utii na upendo vimefungwa pamoja na huhusisha wakristo wote. Tazama Wafilipi 2:2, 8; Wagalatia 5:13-14. Warumi 12:9-10, 16; Yohana 15:12-13.

VII. **Wake wanapaswa kutii waume kama Sarah ambaye aliita Ibrahim "Bwana"(1 Petero 3: 1-7).**

A. Fungu hili linaelekezwa kwa wanawake walio na waume wasiyo wakikristo ambaye wake zao wanatafuta kuwaleta kwa Bwana. Petero anaambia wake kufuata sheria za inchi (utiivu kwa waume zao) na roho ya utulivu. Maana ya Sarah kuita Ibrahimu Bwana iko katika Mwanzo 18:12 ambapo Sarah anasema na malaika juu ya ahadi ya mwana katika uzee wake. "Baada ya mimi kuzeeka na mume wangu ("bwana") ni mzee, nitakuwa na furaha?" Utii wa pekee Huhusisha kujaribu mara moja zaidi na kuwa mimba ya mwana wa kiume ambaye wote wawili walitaka sana. Hakuwa na mahali katika Agano La Kale ambapo Sarah au (mwanke mwingine) amaambiwa kutii mume wake au kunyenyekea kwake lakini katika wakati moja Mungu alimwambia Ibrahimu kutii Sarah (Mwanzo 21:12).

B. 1 Petero 3:7 inaonya wanaume ya kwamba maombi yao yatazuiliwa wasipowaheshimu wake zao kama vyombo vidhaifu. Ni kwa njia gani wanawake ni wadhaifu kuliko wanume? Wanaishi kwa muda mrefu, ni chini ya chini ya magonjwa zaidi na kuwa na subira zaidi. Lakini ni wadhaifu katika nguvu za kimwili. Hii ndio "Petero alikuwa akizungumzia." Pengine siyo. Zaidi alikuwa na akitambua kwamba katika siku yake (kama ilivyo yetu) wanawake hawakuwa na uwezo wa kiuchumi, kijamii na kisiasa, bali waume na wake ni warithi pamoja wa neema ya Mungu na waume wasipoheshimo wake zao maombi itazuiliwa.

- 8 -

Maana Ya Kichwa Katika Agano Jipya

Maana ya msingi ya neno "kichwa" katika Agano Jipya ni mwisho. Maneno "Kichwa" au "vichwa" yanaonekana mara hamsini katika Agano Jipya. Wingi wa kukumbukumbu ni kwa Kichwa cha mwili wa mtu.

Kuna hata hivyo, vifungu saba katika maandishi ya Paulo vinavyo sema juu ya Kristo kama mkuu wa kanisa na au mume au mtu (sawa na neno la Kiyunani) kama mkuu wa mke au mwanamke (sawa na neno la Kiyunani).

Kujua kile Paulo alimaanisha juu ya kichwa katika fungu hili ni lazima tujue maana ya neno kichwa katika lugha ya kiyunani wakati wa karne ya kwanza. Wakati Paulo alipoandika mafungu haya alitumia neno la Kiyunani–Kephale.

Kamusi ya kina zaidi ya lugha ya Kigiriki ya wakati huo inayopatikana katika Kiingereza ni moja iliyokusanywa na Liddel, Scott, Jones, Meckenzie ambao ilishigulika na ubora wa Kiyunani cha ushirika kutoka 1000 BC. Hadi juu ya 1600 BC kamusi hii Inaorodhesha mifano ishirini na tano zinawezekana kuwa maana ya kichwa zilizotumiwa katika maandishi ya kale ya Kiyunani. Orodha hii hawaiko katika matumizi yetu ya kawaida ya neno kichwa kama "mamlaka juu ya," "mkubwa," "cheo cha juu" au kitu chochote sawa na wazo hilo. Badala yake, kamusi inaorodhesha maana ya mifano kama juu au mwisho wa vitu kama vyombo, ukuta, mtaji wa safu, chanzo au mdomo au mwanzo wa kitu ("sisi bado tunatumia wazo katika kando ya mto,"taji au kukamilika au ukamilifu wa kitu na wakati mwingine kichwa kinasimami mtu mzima. Kuna kamusi ndogo ya Kiyunani iliyokusanya na Walter Baucer ambao inatumiwa na Wachungaji wengi. Inatupatia maana moja ya neno kephale yaani kichwa kuwa cheo cha juu. Kama ushahidi kwa ajili ya maana hii, Bauce anaorodhesha mafungu tano katika Agano Jipya mahali anafikiria ya kwamba kichwa (kephale) iko na maana hiyo. Hii ni inaweka pamoja mara tano ambazo paulo anatumia neno hili katika mifano. Baucer tena anapeana sehemu mara mbili ya utafsiri wa kiyunani uliotangulia (kati ya 250 na 150 BC) ya Agano la Kale (Agano la Kale kwa kiyunani) mahali ambapo neno kephale lina maana. Hata hivyo, hii inatoa hisia za uongo kuhusu Agano la Kale kwa Kiyunani).

Neno la Kihebrania *ro'sh* (linalo maanisha kichwa) lilikuwa mara kwa mara likitumiwa kama vile tunavyo litumia katika Kingereza – kumaanisha "kiongozi," "chifu," "mamlaka juu ya," nk. Linaonekana kwa mara 180 na maana hii katika Agano la Kale. Katika zaidi ya nyingine mia nne (400) *ro'sh* inahusu kichwa cha mwili. Ni muhimu kwamba wakati *ro'sh* ilimaanisha kichwa cha mwili watafsiri wa Agano la Kale la Kiyunani walitumia neno la kiyunani "kephale."

Hata hivyo, wakati neno la Kihebrania lilimaanisha "kiongozi, chifu, mamlaka juu ya" wao karibu mara nyingi walitumia baadhi ya maneno mengine ya Kigiriki (kiyunani). Kawaida (mara mia moja na tisa -109). Walitumia neno archon, neno la kiyunani kiongozi badala ya kephale neno la kyunani la kichwa. Walitumia neno hegeomai (neno la kiyunani – mtawala) mara tisa protos (neno la kiyunani la kwanza kabisa) mara sita na maneno mengi ya kiyunani marachache. Kephale inaonekana mara nne wakati kuna mafumbo kichwa-mkia mahali ambapo kitu kingine chote chote kingeweza kuwa na maana. Lakini mara nane tu, kama sivyo, ni kwa nini hawa watafsiri wa kale walijitahidi kupata mbadala wa neno kephale? Ni dhahiri kwao kwamba kephale(head) haikumaanisha katika kiyunani sawa na neno *ro'sh* katika kihebrania.

Kwa kuwa Mtume Paulo alikuwa Myahudi aliyekuwa akizungumza

kiyunani (alikulia katika mji wa Tarso unao zungumza Kiyunani) na Kigiriki kama lugha yake ya asili, na kwa kuwa yeye aliandika nyaraka zake kwa makanisa yaliyozungumza kiyunani katika maeneo ambao waumini wengi walljua kiyunani pekee angeweza kutumia maneno ya Kigiriki na maana ya Kigiriki yale wasomaji wake walielewa wazi wazi.

Uchunguzi makini wa mafungu saba mahali Paulo alitumia kephale kuhusu Kristo inaonyesha kwamba yanaposomwa kwa kiyunani cha kawaida kuhusu maana za neno kephale, tunaona Kristo alikwezwa zaidi kuliko vile tunaona tunaposoma kichwa (kephale) kimsingi ikiwa na maana ya "mamlaka juu ya." Wakati Kristo anapozungumzwa kama kchwa cha kanisa, inaweza kumaanisha yeye kama chanzo cha maisha ya kanisa, vile kama kiko juu au taji, kama kilele chake au taji. Kama Mwanzilishi wake na Mkamilishaji. Maana hizi za maana zinapotea wakati tunapofikiri juu ya "mamlaka" kuwa maana ya kichwa.

Hakuna tashwishi ya kwamba ako na mamlaka juu ya Kanisa na juu ya Ulimwengu wote, lakini mamlaka hayo ni imara katika mafungu mengine ya Biblia kama; Mathayo 28:18, Yohana 5:26, 27 na Mathayo 9:6. Kwa bahati mbaya sisi tumezoea kusoma "kichwa" tu, na maana ya Kiingereza ya "mamlaka juu ya." Wakati tunasoma sehemu ambozo zinahusu mwanume au mume kama kichwa cha mwanamke au mke moja kwa moja tunafikiria "mamlaka juu ya." Hii kutosoma vizuri maana za kiyunani juu ya kichwa imekuwa ikitumiwa kuthibitisha ya kwamba Mungu aliweka wakfu wanaume watawale juu ya wanawake na huenda Paulo alikuwa akisema kitu tofauti kabisa.

Neno La Kihebrania *Ro'sh* (Kichwa) Na Neno La Kiyunani

Neno la kihebrania *ro'sh* (linalomaanisha kichwa) hutokea mara takribani sitini katika Agano la Kale. Kawaida linamaanisha kichwa cha kimwili cha mtu au munyama. Hata hivyo katika karibu mara 180 neno *ro'sh* linamaanisha mtu mkuu, mji mkuu, Inch kuu, na kuhani mkuu yaani kiongozi wa kikundi. Katika hali hizi, Kihahebrania *ro'sh* (kichwa) llinatumika katika fumbo katika njia sawa kwa njia ile tunayotumia neno la Kiingereza "kichwa" kumaanisha "kiongozi" au mtu katika mamlaka. Kimsingi, "kichwa" kinamaanisha mwisho.

Neno la kyunani la "kichwa," kephale halikuwa na maana hii, hatahivyo Liddel, Scott, Jones, Mckenzie, (Kamusi ya kiyunani kamlifu zaidi kwa soko) ni takribani maana ishirini na tano ya neno kephale. Zile za kawaida zaidi ni:

A. Kichwa cha kamwili cha Mtu-moja mwisho-miguu ni mwingine

B. Maana ya fumbo kuhusu "kichwa" na vitu au Watu. Hapa tunaona:

1. Juu au ukingo wa chombo

2. Kukabiliana ya ukuta

3. Mtaji wa safu

4. Chanzo cha mto

5. Mdomo wa mto

6. Kilele (anatomy, moyo)

7. Msingi (anatomy, moyo)

8. Juu au taji ya kitu chochote

9. Kukamilika au ukamilifu wa kitu

10. Mbora sehemu (paraphrases kwa ajili ya mtu mzima)

11. Jeshi kikosi cha askari, haki mkono wa phalanx

Kumbuka: Hakuna maana za kawaida zinazohashiria Manlaka juu ya, cheo cha juu, kiongozi mkuu, nk. Maana iliyokaribu inaweza kuwa "Juu au Taji." Maana za juu au, chanzo halisi, mwanzo, mwisho, taji au ukamilifu, ndizo maana zinazowezekana za neno kichwa katika Agano Jipya.

Kati ya 250 na 150 BC, Kikundi wasomi wa Kihebrania na Kiyunani walitafsiri Agano la Kale katika lugha ya Kiyunani. (illikuwa ni tafsiri ya kwanza ya kitabu chochote kutoka kwa lugha moja hadi nyingine). Walitafsirije neno la kihebrania *ro'sh* (kichwa) wakati lilimaanisha "mkuu au kiongozi"? Kama neno la kiyunani kephale (kichwa) Kama neno la Kiyunani Kephale kawaida lilikuwa limejulikana kuwa na maana hiyo watafsiri hakika wangelitumia. Lingekuwa raisi zaidi.lakini hawa watafsiri wenye ujuzi walionekana na jitahada ya kutumia maneno mengine badala ya kephale pale inapowezekana.

Walitumia maneno kumi na nne tofauti kutufsiri neno la kihebrania *ro'sh* (kichwa) mara mia moja na thamanini wakati ilimaanisha kiongozi au mkuu (walitumia kila wakati neno Kephale wakati ilimaanisha kichwa cha mwili).

A. Hapa kuna maneno ya kiyunani yaliyotumiwa na Agano la Kale katika kiyunani wakati neno la kihebrania *ro'sh* (kichwa) lilimaanisha kiongozi au mkuu:

1. *archon* – inamaanisha mtawala kamanda au kiongozi ? Mara 109.

2. *archegos* – nahodha, kiongozi, au mwana mfalme ? Mara 10.

3. *arche es* – Mamlaka, hakimu au afisa ? Mara 9.

4. *hegomai* – kuwa kiongozi, tawala, kuwa na utawala ? Mara 9.

5. *protos,on* – kwanza, kwanza kabisa ? Mara 6.

6. *patriarches, on,ho* - chifu wa kabila au chifu wa jamii, babu ? Mara 3.

7. *chiliarches,-* kamanda ? Mara 3.

8. *archiphales, oh* - chifu wa kabila ? mara 2.

9. *archipatriates* - kichwa cha familia ? Mara 1.

10. *archo* – tawala au kuwa mtawala kwa ? Mara 1.

11. *megss,megale, mego* – makubwa, nguvu, muhimu ? Mara 1.

12. *proegomai* – chukua kichwa, enda kwanza, ongoza njia ? Mara 1.

13. *prototokos* - mzaliwa wa kwanza au wakwanza katika cheo ? Mara 1.

14. *kephale* – mahali ambapo kichwa kinaweza kumaanisha juu au taji ? Mara 7.

15. *kephale* - kaitka fumbo la kichwa mkia ? Mara 4.

16. *kephale* – ambapo maandishi mbali mbali ina masomo mbali mbali.

Kwa nini kephale kutumika mara chache wakati ingekuwa neno la kawaida kutumia kama neno la kiyunani lilivyojulikana kama kawaida kumaanisha kiongozi ao chifu?

A. Watafsiri Waligudua Ya kwamba Kephale kawaida hakumaanisha "kingozi" au "mamlaka juu ya" katika lugha ya kiyunani, kwa hivyo walitumia maneno mengine ya kiyunani kueleza jambo hilo.

B. Katika mara saba (nje ya mara 180) mahali hawakutumia kephale (kichwa) mazingira yaliruhusu maana ya kiyunani ya juu au taji kufikisha wazo juu ya kiongozi. Kwa sababu watafsiri wa Agano la Kale la Kiyunani walitambua ya kwamba neno la kiyunani kephale halikuwa na maana ya kihebrania ya kiongozi, mamlaka au cheo cha juu ni lazima tuwe na hakika hatusomi maana sawa ya kingereza katika hilo neno.

Maana Za Fumbo Ya Kephale (Kichwa) Katika Agano Jipya Na Umhimu Wake Kwa Maisha Ya Kristo, Kanisa Na Ndoa

Maana asili ya kephale (kichwa) = mwisho.

Maana halisi ya neno kephale (kichwa) ni kichwa cha kamili ambacho ni mwisho wa mwili wakati miguu ni mwisho mwingine. Yafuatayo ni maana za fumbo ya kephale zinazopatikana katika Agano Jipya

I. Mwanzilishi Aliyekwezwa na Makamilishaji –Wakolosai 1:18 (tazama 1:14-20)

Mazingira

A. "Mwanzo," "aliyesababisha kwanza" (Wakolosai 1:18).

B. "Katika yeye," "kupitia kwake" (Wakolosai 1:16-17).

C. "Kupitia kwake kupatinisha vitu vyote kwake" (Wakolosai 1:19-20).

II. Chanza cha Maisha — Wakolosai 2:19, (tazama Waefeso 2:16-19) Waefeso 4:15 (tazama 4:11-16)

Mazingira

Kutoka kwa nani (Wakolosai 2:19).

A. Unaweka mkazo wote juu ya chanzo.

    1. Kulishwa na kuunganishwa pamoja/Hukua (Wakolosai 2:19).

    2. Pamoja na pamoja hufanya ukuaji wa mwili. (Waefeso 4:16).

III. Chanzo, Misingi au Kutokana – 1 Wakorintho 11:3 (tazama 1 Wakorintho 11:12-16).

Mazingira

"Siyo kutoka kwa Mwanamke...lakini kutoka kwa mwanaume" (1 Wakoritho 11:8).

"kutoka kwa mwanaume...kutoka kwa Mungu" (11:12).

    Kristo → mwanaume

    Mwanaume→ mwanamke (anashirika katika maisha ya mwanume)

Mungu→ Kristo (anashiriki maisha ya Mungu)

IV. Juu – Taji – Wagalatia 2:10 (angalia 2:6-15) Waefeso 1:22 (angalia 1:13-23)

A. **Mazingira** – Wakolosai

1. Kama mlivyompokea Yesu Kristo kuwa Bwana muhishi na kuenenda katika yeye (2:6).

2. Juu – Taji au (mwisho) ya utawala wote na mamlaka (2:10)

3. Baada ya kutualiwa kwa sila watawala na mamlka (2:15).

B. **Mazingira** – Waefeso

1. Alimketisha (Kristo) katika mkono wake wa kiume katika mbingu

2. Juu ya mamlaka utawala na mamlaka yote, na uwezo wote na utawala na kila jina litajwalo (1:21).

3. Ameweka vyote chini ya miguu yake. (1:220

4. Na yeye (Mungu) alimpa yeye (Kristo) kama juu ya kila kitu kwa kanisa (1:22).

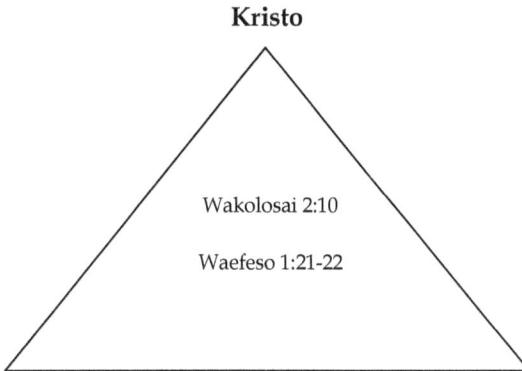

Kristo

Wakolosai 2:10

Waefeso 1:21-22

UTAWALA WOTE NA MAMLAKA, VITU VYOTE NA MAMLAKA NA UWEZO NA NGUVU NA KILA JINA LA KIUMBE KISICHO CHA KAWAIDA KINACHO TAJAWA (KUITWA KWA HILO)

V. Yule ambaye analeta Kukamilika (Mwezesha)

Mazingira:

1. H atua ya Kristo Kuelekea Kanisa, hatua ya waume kuelekea wake.

2. Kristo alipenda kanisa na akajipeana kwa ajili yake (5:28).

3. "Ya kwamba aliwasilishe kanisa bila doa au kunyanzi...takatifu lisilo na mawaa" (5:28).

Wakati ulio pita   > Kristo > Kanisa
                                                        > Kukamilka
and wakati huu   > Mume > Mke

Maana Za Neno Kephale (Kichwa) Wakati Linapotumiwa Na Paulo Katika Fumbo

I. Wakolosai 1:18 (Mazingira: 2:13-20)

Kichwa = Mwanzilishi na Mkamilishaji aliyekwezwa.

Mazingira: Ni nani Kristo ambaye kwake tuko na Ukombozi?

Maana ya "kichwa" katika fungu hili: 1:18: Yeye ni Kichwa (Mwanzilishi na Mkamilishaji) wa Miili, Kanisa.

Uungaji mkono kwa hali kwa maana hii: 1:18 Kristo ni mwanzo au aliyesababisha; 1:20: Mungu hapatanisha vitu vyote kwake kupatia katika kristo.

II. Wakolosai 2:19 (hali wakolosai 2:16-19)

Kichwa = Chanzo cha uzima

Mazingira: Onyo kuhusu mafundisho kadha ya uongo.

Maana ya "kichwa" hapa ni: "wala kushikilia kwa haraka kwa kichwa (chanzo cha uzima) ambaye..."

Uungaji mkono kutoka Kwa mahali hapo kwa maana hii: 2:19 maneno ya mapendekezo "kutoka kwa...." Kristo ni chanzo cha uzima, kutoka kwake mwili wote hukua.

III. 1 Wakorintho 11:3 (mazingira 2:11-16)

Mazingira: Nywele na kufunika nywele wakati wanapoomba au kutoa unabii katika mikutano ya hadhara

Maana ya kichwa hapa: "...kichwa (chanzo) cha kila mwanaume... 'kichwa' (chanzo) mwanamke.... 'kichwa' (chanzo) cha Kristo."

Uungaji mkono kwa mazingira kuhusu maana: 1 Wakorintho 11:8, 12 "kwa sabau mwanaume hakutoka kwa mwanamke lakini mwanake kutoka kwa mwanaume, hivyo mwanaume ni kutoka kwa mwanamke na kweli mambo yote hutoka kwa Mungu."

IV. Wakolosai 2:10 (2::8-15)

Kichwa = chanzo cha uzima na juu au taji.

Mazingira: Onyo dhidi ya filosofia na mapokeo ya wanadamu

Maana ya "kichwa" hapa: "...nani kichwa (juu, taji) cha kila tawala na mamlaka."

Uungaji mkono wa mazingira kwa maana hii: vs.10 Waumini wamefanywa kamilifu katika uhusiano wao na Kristo. Vs. 10-14 Kristo alishinda mabaya, ngovu za mapepo kwa msalaba, akawafanya kutokuwa na sila na akawaweka wazi, a kapata ushindi juu yao.

V. Waefeso 1:22 (mazingira 1:14-25)

Kichwa = Juu au Taji

Mazingira: Maombi ya Pualo kwa wasomaji wake.

Maana ya "kichwa" hapa: "Na Yeye (Mungu) alimpa yeye (Kristo) kwa kanisa kama kichwa(Juu au Taji) juu ya vitu vyote."

Uungaji Mkono katka hali ya maana hii: vs 20-22 "Kritso ako katika mkono wa kulia wa mungu, juu ya viumbe vyote chini ya miguu yake, yeye ni juu ya kila kitu."

VI. Waefeso 4:15 (mazingira 4:11-16)

Kichwa = Chanzo cha uzima

Mazingira: Vipawa au Watu wenye vipawa wanatakiwa kujenga mwili wa Kristo.

Maana ya "kichwa" hapa: "Hebu na tukuwe katika yeye katika kila njia ambaye ni 'kichwa' (chazo cha uzima) kristo ambaye kutoka kwake.... Mwili wote... anafanya ukuaji wa mwili na unajengeka katika upendo."

Uungaji mkono katika mazingira kuhusu maana: vs. 16 mapendekezo ya maneno kwa Yule kukua kunatoka.

VII. Waefeso 5:23 (Mazingira: 5:18-23)

Kichwa = Yule ambaye huleta ukamilifu

Mazingira: Nini maana ya kujazwa na Roho Mtakatifu, maelekezo kwa waume.

Maana ya Kichwa hapa: "...mume ni 'kichwa' (mwezesha) wa mke kama Kritsto ni kichwa (mwezesha) cha kanisa."

Uungaji mkono wa hali ya mazingira: vs.25-26 Kritsto alipenda kanisa alipenda kanisa na akajipeana kwalo iliapate kulitakasa aliweke... utukufu....katika namna ilie ile wanaume wanapaswa kuwapenda wake zao.

- 9 -

Kanuni Za Watu Mahali Ambapo Walikuwa Korintho

I. Shida katika Kanisa la Korintho.

A. Mgawanyiko katika Kanisa la Korintho (1 Wakorintho 3:3-9); uzinzi (5:1-2) kesi (6:1-6) machafuko (8:1-13)

B. Shauku ya kimepanzi kama inavyoonekana katika mitindo ya nywele. Nywele ndefu iliyofungwa na wanaume ilileta tuhuma za ushoga Nywele fupi imesokotwa kwa mwanamke wakati mwingine ilikuwa ni alama ya uoanaji wa Wanawake. Vitendo vya ushoga vilikuwa kawaida Korintho. Hii inaweza kueleza shauku ya Paulo kwa nywele na nywele ndefu katika sura hii. Au kunaweza kuwa na muhimu mwingine wa nywele ndefu za wanawake kushiriki kuwa na wapenzi wengi au ukahaba.

C. Tangu Pentecost ilikuwa imeonyesha kwamba Wanawake na Wanaume walipaswa kuomba na kutoa unabii hadharani. Paulo aliwataka wasiharibu utambulisho wao wa kijinsia. Kama wanaume na wanawake wakati walipofanya katika mwanga wa mazingira ya jamii. Katika Korintho. Walikuwa kuangalia kimaadili na kutenda kimaadili

D. Ibaada ya kuabudu miungu yakike huko Korintho. Illikuwa maarufu na kuwa na wafuasi kati ya wanawake, na ilikuwa na kelele, bila utaratibu, kuabudu mara nyingi kulishiriki makahaba watakatifu.

II. Jinzi Wanaume na Wanawake walistahili kuomba na kutoa nabii mikutano ya hadhara (1 Wakorintho 11:3-16).

Hakuna neno la kiyunani la kitambaa au bila kitambaa katika maandishi. Maana ya kawaida ya maneno haya mara nyingi hutafsiriwa 'kitambaa' kuwa nacho chini kutoka kichwani. Kinaweza kumaanisha pazia. Lakini kwa sababu nywele na nywele ndefu zimejadiliwa sana katika sehemu hii, inaweza kumaanisha mtindo wa dhana ya nywele ndefu. Kwa kuwa baadhi ya wanaume wa Wayahudi waliomba kama wamefunika vichwa, ingekuwa ni vigumu Paulo kufikiria kwamba ni aibu (11:14).

A. Wanawake wanahitaji kifunika (nywele ndefu au kitambaa) kwa vile ni utukufu au mapambo ya wanaume. Kuvutia kwao kulileta utukufu (mapambo, utukufu, kuwa na dhamani ya kuhimarishwa) kwa wanaume. Zaidi ya hayo, ilikuwa ni aina ya "vazi" kwa ajili yao—ni ishara ya Pentekoste iliwapa haki ya kutabiri. Katika Agano la Kale vazi lilikuwa ishara ya Nabii (1 Wakorintho 11:7-9,13-15).

B. Kuhusika kwa Malaika katika utaratibu (1 Wakorintho 11:10). Tafsiri ya kawaida "kwa sababu ya hii, mwanamke anastahili kuwa na mamlaka kwa kichwa kwa sababu ya malaika." "Mamalaka" hapa inaweza kumaanisha ishara ya mamlaka(kutabiri) pengine mtindo wa nywele. Tafsiri nyingine (TEV, Living Bible, Philips) zinasema awe na ishara kwamba ako chini ya Mamlaka ya mume lakini maandishi ya kiyunani Hayasemi kitu kuhusu mume na mwanamke. Kwa kweli maandishi yaonekana kuzungumzia mamlaka au haki yake mwenyewe.

C. Chanzo na mwanzo wa mwanaume wa mwanmke kinaonyesha usawa wao na uhuru wao. Mwanamke aliumbwa kutoka kwa Mwanaume, lakini sasa, wanaume wote wanazaliwa na wanawake, na vitu Vyote vyatoka kwa Mungu (11:11-12).

D. Kwa sababu maana ya kawaida ya "kichwa" katika lugha ya ki-yunani na kwa sababu ya yaliyomo katika yote ya fungu hili na kusisitiza kwake juu ya mwanzo au chanzo, "kichwa" katika 11:13 inaokena kumaanisha chanzo, msingi, au derivation (angalia kurasa juu ya kichwa maelezo ya kina).

III. Ubunifu katika uduma za Kanisa haipaswi kuleta Machafuko. (1 Wakorintho 14:26-40).

A. Kila Mshirika anaweza Kushiri katika njia mbalimbali (1 Wakorintho 14:26).

B. Kanuni zitazuia kuchanganyikiwa (1 Wakorintho 14:27-33).

1. Ndimi: Wawili au watatu pekee wapaswa kuongea katika ndimi na mtu fulani aweza kutafsiri. Kama hakuna mtafsiri, yule ambaye ana kipawa na anyamaze.

2. Unabii: Watatu au wawili wanaweza kutoa unabii kwa zamu. Wengine wanapaswakutoa hukumu na kuchunguza yale yanayosemwa. Mungu analeta amani na siyo mchafuko. Munaweza wote kutoa unabii mmoja baada ya mwingine ili wote wajifunze na kutiwa moyo (Unabii wakati mwingine ulihusisha mafundisho).

C. Paulo anasema wanawake wawe kimya hata ingawaje ameandika jinsi wote wanaume na wanawake wangeomba na kutabiri. Haya ndiyo maelezo mawili yawezekanayo katika fungu hili (1 Wakorintho 14:34-38).

1. Paulo alikuwa akiambia wanawake wasiitatize mkutano kwa kuuliza maswali. (neno la kiyunani la mwanamke ni sawa na la "mke").

a. Wanapaswa wenyewe kuwa chini ya kanuni za Paulo ambazo zilikuwa sambamba na sheria ya Agano la Kale (14:34, 37, 38). Sheria wakati mwingine inaweza kuhusu baadhi ya sheria za Kirumi au Kiyunani zinozuia wanawake kuzungumza katika hadhara. Hakuna sheria ya Agano la Kale kuhusu wanawake kuwa kimya katika hadharani kuwa chini.

b. Waume zao wawafunze nyumbani na wanawake waulize maswali yao nyumbani (14:35) (wanawake Wasioolewa watauliza nani?) Je Wakristo katika Korintho walifikiria kwamba chanzo pekee cha neno la Mungu. Ya kwamba wako na Sifa ambazo kanisa lingine halina (14:36)?

2. Paulo alikuwa alikuwa akinukuu walimu wa kiyahudi huko korintho ambao walitaka kuzia wanawake kuomba, kutabiri, na kuliza maswali katika mikutano ya kanisa (nakala ya kiyunani hai-

kuwa na maneno na alama ya kunukuu au ya kutenga maneno ya aina yeyote. Watafsiri waliamua mahali Paulo alikuwa akinukuu na mahali alikuwa akiandika yeye mwenyewe, kwa hivyo kukosa kwa alama ya kunukuu katika nakala haithibitishi cho chote).

a. Wale wa dini ya Kiyahudi (waliompinga Paulo walikuwa) wakinukuu sheria simulizi za Kiyahudi katika 14:34 inayosema wanawake wanapaswa kuwa kimya, na ya kwamba...

b. Wajifunze kutoka kwa waume zao nyumbani (vs.35).

c. Paulo anajibu, munafikiria ninyi kikundi katika Korintho peke yenu mko na neno la Mungu? (vs. 36).

d. Paulo anatetea mamlaka yake yakufundisha neno la Mungu hata likiwa kinyume cha sheria simulizi za Wayahudi (vs. 37).

Maelezo mawili haya yote yanaweza kuwa siyo sawa na kuna uwezekano mwingine. Ni mbali mno kuondolewa kutoka utamaduni, hali ya kihistoria kujua kweli kile Paul alikuwa akishugulika nacho na ni kwa nini. Tunajua kwamba idhini yake mwenyewe kwa Priscila kama mwalimu wa Apolosi, maagizo yake jinsi wanawake wangeomba na kutabiri, na maarifa yake kuhusu huduma na nia ya Yesu kwa wanawake inafanya kutoidhinisha kwake wanawake kushiriki kukosa kuonekana sana.

- 10 -

Kanuni Za Watu Mahali Walikuwa Katika Efeso

I. Shida katika Kanisa au Makanisa Efeso.

A. Mafundisho ya Uongo (1 Timotheo 1: 3-20).

1. "Watu fulani" (1 Timotheo 1:3, 6, 7, 20) inahusu wanaume kwa wanawake.

2. Mafundisho tofauti, kuhusu vizazi anbazo zimeendleza uvumi (1:4)

3. Watu wawili ambao wlikuwa wametoka kwa imani (1:9-20).

4. Umuhimu wa kushikilia imani katika dhamiri zilizo sawa (1:5).

5. Mafundisho ya Uongo (kundi hatari la mafundisho ya uzushi) lili-kuwa limeanza kuonckana (1 Timotheo 6:20; 4:3; 2 Timotheo 3:1-9). Tawi moja la mafundisho ya uongo ilifundisha ya kwamba Hawa aliumbwa kabla ya Adamu na yeye ndiye aliyemwelimisha kiroho. Kundi lingine la mafundisho ya uongo lilishirikiza wazo kwamba wanawake wasiolewe na kuzaa watoto, na hata hivyo ilikuwa ni ishara ya kuelimika kiroho kwa kuwacha waume zao.

B. Mtindo wa maisha ya uzinzi (1 Timotheo 2:8-15).

1. Wanaume waliotumia maombi yao kutoa nje ugomvi wao na hasira zao (2:8).

2. Wanawake ambao hawakuomba wakiwa na mavazi inayositahili

na heshima (2:9). Nguo yao ya gharama kubwa na lulu na dhana ya mitindo ya nywele zao zilitoa hisia mbaya. Wanawake wa kawaida wa kiyunani hawaweza kuvaa hivyo. Hii Ilikuwa ni nguo ya walioelimika (walioelimika vizuri wanawake wa kiyunani wale wliokuwa wakati mwingine waalimu na mara nyingi ngono ya wanaume wa kiyunani). Pengine wanawake hawa walikuwa ni waongofu na walikuwa wakivaa nguo za kukisia kwa kanisa.

Hali ya kuchanganyikiwa (kuchanganya Kipagani na mawazo ya Kikristo) imekuwa kila mara shida kwa kanisa. Ilikuwepo katika kanisa la kwanza vile inavyoonekana katika Ufunuo 2:4 na 2:20-23. Yohana anasema baadhi ya makanisa mengine (yaliyo kuwa katika Asia ya kati siyo mbali kutoka Efeso) walikuwa hakika wakifundisha wakristo kufanya uzinzi.

II. Ushauri wa Paulo katika hali hizi.

A. Hawa Wanawake walipaswa kujifunza kwa unyenyekevu kuliko kufundisha (2:11).

B. Hawa wanawake walistahili kujifunza kwa unyenyekevu kwa nini au kwa nani? Pengine kwa Mungu na kwa mafundisho ya injili au kwa Timotheo mwalimu wao.

C. Hao wanawake hawakutakiwa kuwa na mamlaka juu ya wanaume. Neno la kiyunani hapa ni authentein – siyo neno la kawaida la kiyunani exousia linalotumika kwingine katika Agano Jipya kwa mamlaka. Authentein halionekani mahali pengine katika Bibilia na silo la kawaida katika maandishi ya kawaida ya kiyunani. Kimsingi linamaanisha kutia mwenyewe na kwa kawaida lilikuwa na maana mbaya ikiunganishwa na maana ya ngono. Kuna ushahidi yakwamba lingeweza kumaanisha kudai kuwa mwanzilishi wa Mtakatifu Yohana Chrysostom (karne ya inne C.E) ilitafsiriwa "leseni ya ngono"

D. Uwezekano wa tafsiri ya fungu hili.

1. Paulo alikuwa akionyesha yakwamba wanawake wanataki-kana wajifunze. Hawa alikuwa mfano wa mwanamke hakuwa na dhambi mwanamke aliyekutana na mafundisho ya uongo

na hakuwa amejitayarisha. Hakufahamu anatenda dhambi hata ingawaje Adamu hakufahamu anatenda dhambi. Licha ya haya yote,Hawa (na wanawake wengine huko Efeso) wanaokolewa kwa njia ya kumcha Mungu kupitia kizazi, inayokuwa katikati ya Kristo. (Mwanzo 3:15, Wagalatia 3:16, 19, 29). Kama wanaitikia katika imani, upendo na utakaso na utakatifu (msitari 15). Juu ya kuendelea katika usafi, katika sehemu hii inaweza kuonyesha baadhi ya shida za wanawake ambao Paulo alikuwa akiandika.

2. Kuna uwezakano yakwamaba Paulo alikuwa akikanusha mafundisho yasiyo ya ukweli kutoka kwa waalimu wa uongo waliofundisha ya kwamba Hawa aliumbwa kwanza na alikuwa na maarifa ya kisiri ambao Adamu hakuwa nayo. Pengine wanawake hawa walikuwa wakifundisha haya. 1 Timotheo 2;15 inaweza kuwa kama kupinga mafundisho ya waalimu wa uongo ya kwamba mwanamke mcha Mungu asiolewe na kuzaa watoto.

III. Sifa za Maaskofu na Mashemasi (1 Timotheo 3:1-12).

Wote Maaskofu na Mashamasi walistahili kuwa na mke mmoja (1 Timotheo 3:2, 12) Hapo awali ilidhaniwa ya kwamba kuowa wake wengi haikuwa mazoea ya karne ya kwanza, lakini utafiti wa hapa karibu umeonyesha ya kwamba baadhi ya wanaume walikuwa na Wanawake wawili au watatu, na kwa uwezekano, Paulo alikuwa akiwaweka nje wanaume waliokuwa na wake wengi. Mkazo ulikuwa kwa hali ya sifa ya maadili na kiroho ya viongozi — siyo kwa ajili ya kijinsia. Kuna shaka kidogo kwamba Idadi kubwa ya viongozi wa kanisa katika karne ya kwanza walikuwa wanaume kwa sababu wengi wa Wanawake walikuwa na elimu ndogo na nafasi ya kujiendeleza. Nakala ya mwaka wa 1989 ya NRSV inatafsiri hii kama "walioa mmoja pekee" badala ya "mume we mke mmoja." 1 Timotheo 3:11 inasoma, "Vivyo hivyo na wanawake wawe, si wasingiziaji..." Tafsiri ya NRSV ya 1989 inatupatia namna nyingine ya kusoma "Wanawake mashamasi vivyo na wawe..." Hii ilikuwa Barua ya binafsi kutoka kwa Paulo kwenda kwa Timetheo. Timotheo angejua kupitia kwa vitendo vya Paulo yakwamba maelezo yake kuhusu "Mume wa mke mmoja" haikusudia kuweka kando wanawake waliohitimu. Paulo kila mara alimhidhinisha Pheobe, Pricilla na wanawake wengine viongozi.

IV. Kanuni na Mifumo za hali ya juu.

A. Hii "kanuni ya Watu mahali walikuwa huko Efeso" ni lazima isomwe katika mwanga wa hali ya juu ya kanuni na miimo zilizofundishwa na Kristo na siku ya Pentecoste ("Wana wenu na binti zenu watatabiri" — humaanisha kufanya uinjilisti, kuhubiri, kufundisha na kadhalika) na vitendo vyake Paulo kwa kumsifu Prisila (mwalimu wa Apolo katika Efeso hapo mbeleni), na Wanawake viongozi wengine akijumlisha Pheobe, Euodia, Syntche, na Lydia.

B. Fungu la maneno haya machache kutoka katika 1 Timotheo mara nyingi yametumika kuhakikisha yakwamba wanawake wanawekwa kando na nyazifa za uongozi katika Makanisa. Hii inakataa kanuni na miimo za hali ya juu zilizofundishwa wazi na Yesu Kristo na Mitume na Paulo katika mafungu mengine. Hii mara nyingi huitwa "kuchagua maana iliyo wazi" kuchagua ujumbe fulani kuwa literally kutumika wakati kupuuza vifungu vingine ambavyo hufundisha kitu kingine.

- 11 -

Mafundisho Juu Ya Mamlaka katika Biblia

I. Mungu peke yake ndiye mamlaka ya mwisho kwa kila mtu — toka shamba la Edeni hadi wakati wa mwisho. Adamu na Hawa walikuwa kuwajibika wote kwa kutomtii Mungu. Petro na wale mitume wengine, alisema, "ni lazima kumtii Mungu kuliko mtu" (Matendo 05:29).

II. Mifumo ya mamlaka ya kidunia kati ya Waebrania zilikuwa zinafanana jumla na zile za jirani kwa mataifa ya kipagani.

    A. Mataifa karibu na Israeli walikuwa na wafalme. Israeli walitaka mfalme, na Mungu ingawaje alikataa, Yeye aliruhusa wao kuwa na mfalme (1 Samweli 8: 5-22).

    B. Wahebrania walikuwa watumwa. Mataifa karibu nao walikuwa na mazoezi ya utumwa.

    C. Waebrania wengi waliona wake zao kama mali (kama mataifa yaliyowazunguka). Walioa wake wengi (kama mataifa yaliyowazunguka).

    D. Umri ulibeba mamlaka. Mtu wa umri wa juu katika familia alikuwa mamlaka mengi, mzaliwa wa kwanza alikuwa na upendeleo maalum (na majukumu).

III. Mungu hakufanya kazi ndani ya ngazi za mamlaka.

Kuna kidogo au hakuna ushahidi yakwamba Waebrania walidhani kwamba utumwa, ufalme wake wengi, au mfumo wa kiume kama taasisi waliokuwa nazo zilikuwa zimewekwa wakfu na Mungu hata kama sheria ya Musa ilitoa mwelekeo wazi juu ya watumwa na wake wapili, nakadhalika. Kwa sababu hii Waebrania walikuwa na uwezo wa kukubali (inaonekana shida kidogo au hakuna) matendo ya Mungu yaliyokuwa kinyume na mtindo wao wa kitamaduni. Mungu kawaida alichagua vijana badala ya wazee kwa ajili ya uongozi na mamlaka (kama Daudi, mwana mdogo wa Jesse kama mfalme Musa. Badala ya Aron kuongoza wana Israeli kutoka utumwa). Mungu wakati mwingine alichagua wanawake kama viongozi wa kiroho na kitaifa (yaani Deborah kama hakimu, Hulda kama nabi wakike).

IV. Picha neno la Mungu katika Biblia mara nyingi misingi ya mifumo ya kijamii ya siku ile.

A. Matumizi ya maneno ya picha haimaanishi yakwamba miundo zile za mamlaka maalum zimewekwa wakfu na Mungu. Mungu husemwa kuwa mfalme, waumini ni raia wa mfalme (Ufunuo 17:14, Zaburi 47: 2-7). Hiyo haina "kuthibitisha haki ya kiungu ya wafalme."

B. Mungu na Kristo ni kama picha ya Bwana, waumini ni watumwa wao (1 Wakoritho 7:22-23, Wakolosai 4: 12, Warumi 6:22). Hii si uthibitisho kuwa utumwa ni haki (ingawaje hoja hii ilitumiwa na Wakristo).

C. Mungu ni kama picha ya mume, waumini, kama mke. Katika Agano la Kale, Mungu ni mume, Israeli ni kama mke. Katika Agano Jipya, waumini ni "bibi arusi wa Kristo" (Marko 2:18-20; Yohana 3:29; 2 Wakorintho 10:02; Ufunuo 21:9). Haya hizi hazionyesha mamlaka ya Mungu au Mungu-aliweka wakfu uongozi wa waume juu ya wake zao.

V. Mafundisho ya Yesu juu ya uongozi na mamlaka yako kinyume na mwelekeo wa utamaduni wetu.

Yesu alikuwa na mamlaka kamili ya mwisho ya kusamehe dhambi (Mathayo 9:06, Marko 2:10, Luka 5:24) na mamlaka nyingine yote katika mbingu na nchi (Mathayo 28:18) lakini Yesu alifundisha na kudhihirisha kuwa uongozi wa kweli unahusisha kuongoza kwa mfano na kuwahudumia na kuwawezesha watu wengine kwa ajili ya huduma, badala ya utumiaji wa madaraka juu yao (Mathayo 20:25-28; 23:10-12, Marko 10:42-45, Luka 22:25-27, Yohana 13: 12-17, Gal 5:13; 1 Petro 5:2, 3).

VI. Dhana ya uongozi wa Wakristo na mamlaka lazima iwe na msingi juu ya mafundisho na mfano wa Kristo na juu ya viwango vya juu zaidi vinavyofundishwa katika maandiko.

A. Kila mtu ameumbwa kwa mfano wa Mungu na anahitajika kumpenda Mungu na kumtii zaidi wengine wote (Gen 1:27, Yohana 14:15, 1 Yohana 5:2).

B. Mungu hana upendeleo ya watu na inaonyesha hakuna upendeleo ndani yake (Acts10: 34, Warumi 2:10, 11; Gal 2:6; Waefeso 6:5). Wakristo wamekatazwa kuonyesha upendeleo (Yakobo 2:1-9).

C. Katika Kristo hakuna mtumwa wala huru, mwanamume na mwanamke, Wayahudi au Mataifa (Wagalatia 3:28, Waefeso 6:5).

D. Waumini wote wameitwa kwa Utumishi na unyenyekevu. Tunasitahili kumtumikia Mungu na wale walio karibu nasi kwa kuwawezesha kumtumikia Mungu na wengine. Hamu yakuwa na nguvu juu ya wengine ni utata wa msingi wa maisha na mafundisho ya Kristo (22:24-27).

E. Kristo alisema kuwa, kile tunachofanya kufundisha wengine, sisi tunafanya kazi yake (Mathayo 25:40-45, Matendo 9:4-5).

F. Tumeitwa kuwa "kiumbe kipya" na sampuli ya ufalme wa Mungu (2 Wakorintho 5:17). "mambo ya kale yamepita, mambo yote yamekuwa mapya." Angalia pia Wagalatia 6:15. Wazee katika 1 Petro 5:2-3 aliiwaambia kuongoza "kwa mfano" — si kwa "kimabavu."

G. Sheria maalum inakamilisha cha juu kwa waumini wa Agano la Kale na Jipya. "Kwa hiyo chochote unataka watu kufanya, fanya hivyo kwa wao, maana hii ni sheria na manabii" (Mathayo 7:12), "na kama unataka kufanya kwako, fanya na wewe hivyo kwao" (Luka 6:31).

VII. Mamlaka ya kweli kamwe haiwezi kulazimishwa kutoka juu.

Mahitaji kwa kuzingatia inaweza kulazimishwa, lakini si mamlaka ya kweli. Wengine kutoa mamlaka kwa moja katika kukabiliana na Utumishi na uongozi wa kweli ambao umedhihirishwa. Tunampenda Kristo kwa sababu yeye alitupenda kwanza. Tunaitikia kwake kwa sababu yeye ameonyesha kuishi na huduma yake kwa ajili yetu. Upendo wetu na kukubali kwa mamlaka yake ni bure — yeye hayalazimishi kwetu.

- 12 -

Vipawa Mungu Anatoa Kwawaumini

I. Vipawa ni kwa matokeo ya mamlaka ya Mungu Baba, Mungu Mwana na Mungu Roho Mtakatifu.

1 Wakorintho 12:4-6 "Kuna tofauti za karama, lakini Roho ni mmoja, na kuna aina ya huduma, lakini Bwana ni mmoja (neno Paulo anatumia kwa ajili ya Yesu Kristo) na kuna aina ya kufanya kazi lakini ni Mungu yule ambaye huwahamasisha yote katika kila mtu."

II. Vipawa hutolewa kwa kila Mkristo, bila ya kujali dhahiri kwa hali hiyo ya kiuchumi, msingi wa rangi, umri au jinsia.

"Orodha" ya zawadi kuonekana katika barua tatu ya Paulo — 1 Wakorintho 12:4-11, 28-30; Warumi 12:3-13, na Waefeso 4:11-14. Orodha si sawa, na ni wazi hakuna hata mmoja wao ni wote. Hakuna shaka "karama" ambayo si katika yeyote kati yao — kama vile muziki, uwezo wa kuwa msikilizaji huruma na wengine wengi.

III. Vipawa hutolewa kwa ajili ya kusudi hili ili kujenga kwa mwili kwa Kristo - Waefeso 4: 11-17.

A. Makusudi manne maalum yameorodheshwa:

1. Kwa manufaa ya wote (1 Wakorintho 12:7).

2. Kwa kujenga kanisa (1 Wakorintho 12:7) na kujenga (14:26).

3. Kufanya huduma bora, kuchangia katika ukuaji wa wote (Warumi 3:3-13).

4. Kuwakamilisha watakatifu, hata kazi ya huduma (Waefeso 4: 11-14).

B. Orodha katika Waefeso 4 ni pamoja na manabii—na kuna ushahidi wa manabii wa wanawake katika Agano Jipya. Hakuna dalili kuwa wanawake waliwekwa kando kutoka makundi yeyote au mengine katika orodha nyingine ya vipawa. Ulinganisho wa kanisa kwa mwili wa binadamu imetolewa kikamilifu zaidi katika 1 Wakorintho 12:12-27, ambapo Paulo anasisitiza kutegemeana kwa sehemu za mwili (Kanisa) na jinsi unateseka wakati sehemu yoyote ya mwili inapoumia au wakati usipo fanya kile ambacho Mungu amepeana vile vipewa kufanya. "Kichwa" kimatajwa hapa lakini hakuna mamlaka maalum yaliyopewa juu yake.

IV. Ufafanuzi

A. Hakuna kinachosemwa kuhusu ni vipawa vingapi watu wako navyo. Paulo alikuwa na karama ya unabii, ya uponyaji, ya lugha, ya kufundisha, nk.

B. Je, kuna sababu yoyote ya kutofautisha kati ya vipawa na talanta?

C. Je, kuna sababu yoyote ya kuweka katika viwango kwa karibu? Vipawa vingi vinaonekana kukaribiana.

V. Matumizi ya Vipawa

A. Paulo anatoa kanuni kwa ajili ya zawadi ya unabii na lugha katika 1 Wakorintho 14.

B. "Vipawa" si havizui maandalizi (Wakolosai 3:12 -17, Waefeso 5:18 21).

C. Uhusiano wa vipawa na neema katika 1 Petro 4:9-11.